AF746877

# CÔNG THỨC CHIÊN GIÒN VÀ NGON ĐỂ THỎA MÃN CƠN THÈM CỦA BẠN

## TỪ MÓN NGỌT ĐẾN MÓN MẶN, 100 CÔNG THỨC NẤU ĂN DỄ DÀNG VÀ NHANH CHÓNG

Hưng Đặng

**từ chối trách nhiệm**

Thông tin chứa trong tôi nhằm mục đích phục vụ như một bộ sưu tập toàn diện các chiến lược mà tác giả của Sách điện tử này đã thực hiện nghiên cứu. Tóm tắt, chiến lược, mẹo và thủ thuật chỉ là đề xuất của tác giả và việc đọc Sách điện tử này sẽ không đảm bảo rằng kết quả của một người sẽ phản ánh chính xác kết quả của tác giả. Tác giả của Sách điện tử đã thực hiện tất cả các nỗ lực hợp lý để cung cấp thông tin hiện tại và chính xác cho người đọc Sách điện tử. Tác giả và các cộng sự của nó sẽ không chịu trách nhiệm pháp lý cho bất kỳ lỗi hoặc thiếu sót không chủ ý nào có thể được tìm thấy. Tài liệu trong Sách điện tử có thể bao gồm thông tin của bên thứ ba. Tài liệu của bên thứ ba bao gồm các ý kiến được thể hiện bởi chủ sở hữu của họ. Do đó, tác giả của Sách điện tử không chịu trách nhiệm hoặc trách nhiệm pháp lý đối với bất kỳ tài liệu hoặc ý kiến của bên thứ ba nào. Cho dù là do sự phát triển của internet hay do những thay đổi không lường trước được trong chính sách của công ty và hướng dẫn gửi biên tập, những gì được coi là sự thật tại thời điểm viết bài này có thể trở nên lỗi thời hoặc không thể áp dụng được sau này.

# GIỚI THIỆU

Theo định nghĩa, rán về cơ bản là thực phẩm chiên được phân loại thành ba loại:

- Bánh Chou chiên giòn hoặc bột men.
- Các miếng thịt, hải sản, rau hoặc trái cây được phủ một lớp bột và chiên giòn.
- Những chiếc bánh nhỏ chứa thức ăn được cắt nhỏ trong bột, chẳng hạn như ngô rán.

Fritters là một loại thực phẩm cực kỳ linh hoạt. Chúng có thể là một món ăn phụ, món khai vị, món ăn nhẹ hoặc món tráng miệng. Ban đầu chúng được giới thiệu ở Nhật Bản vào thế kỷ 16 và ngày càng trở nên phổ biến trong thập kỷ này.

**Mẹo cơ bản để bắt đầu**

1. Đừng sợ dầu. Hãy chắc chắn rằng bạn thêm đủ vào chảo, vì nó sẽ giúp tạo độ giòn, màu sắc đẹp và hương vị thơm ngon cho món rán.

2. Hãy để nó xèo xèo! Chảo của bạn cần được làm nóng đúng cách trước khi nấu. Nếu món rán không kêu xèo xèo khi chạm vào chảo, bạn biết món đó chưa sẵn sàng!

3. Đừng để chảo quá đông, vì điều này làm giảm nhiệt độ của chảo, dẫn đến món rán mềm và chưa chín.

**Công thức cơ bản**

Rau + Hương liệu & Gia vị + Phô mai + Chất kết dính

# NGŨ CỐC, HẠT & RIÊNG HẠT

## 1. Cơm chiên gạo lứt nhanh

Năng suất: 6 Phục vụ

**Nguyên liệu**

- 2 tách Gạo lức hạt ngắn nấu chín
- ½ cốc Đường
- 3 quả Trứng; bị đánh
- ½ muỗng cà phê muối
- ¼ thìa cà phê Vanilla
- 6 muỗng canh bột mì
- ½ muỗng cà phê nhục đậu khấu
- 3 thìa cà phê bột nở

Kết hợp gạo, trứng, vani và nhục đậu khấu và trộn đều.

Rây các nguyên liệu khô lại với nhau và trộn vào hỗn hợp cơm. Thả từng thìa vào mỡ nóng (360 độ) và chiên cho đến khi có màu nâu.

Cho ra giấy thấm, rắc đường bột, dùng nóng

2. khoai tây rán

Năng suất: 4 phục vụ

Nguyên liệu

- 10 ounce Phong cách kem đông lạnh khổng lồ xanh
- dầu ngô để chiên ngập dầu
- ½ cốc Bột mì
- ½ cốc Bột ngô vàng
- 1 muỗng cà phê Bột nở
- 1 muỗng cà phê hành tây bằm ăn liền
- ½ thìa cà phê Muối
- 2 quả trứng

Đặt túi ngô chưa mở vào nước ấm trong 10 đến 15 phút để rã đông.

Trong nồi chiên ngập dầu hoặc chảo nặng, đun nóng dầu từ 2 đến 3 inch đến 375 độ. Trong bát vừa, kết hợp ngô rã đông và các thành phần còn lại; khuấy cho đến khi kết hợp tốt.

Thả từng thìa bột vào dầu nóng, 375 độ. Chiên từ 2 đến 3 phút hoặc cho đến khi vàng nâu. Xả trên khăn giấy

## 3. Đậu mắt đen rán

Năng suất: 20 phục vụ

Nguyên liệu

- ½ cân đậu mắt đen ngâm nước
- 4 tép tỏi mỗi thứ, nghiền nát
- 2 muỗng cà phê muối
- 1 muỗng cà phê Tiêu đen
- 4 muỗng canh Nước
- Dầu để chiên
- nước chanh để hương vị

Khi đậu đã mềm, chà sạch vỏ và ngâm thêm 30 phút.

Xả & rửa sạch.

Trong một bộ xử lý thực phẩm, xử lý đậu Hà Lan, tỏi, muối và hạt tiêu

Thêm nước trong khi tiếp tục xử lý. Thêm đủ nước để có được một hỗn hợp đặc, mịn .

Làm nóng lò ở 250F. Trong một cái chảo lớn, đun nóng dầu từ 2 đến 3 inch và chiên 1 hũ bột cho đến khi có màu vàng nâu. Lặp lại cho đến khi tất cả bột đã được chiên theo cách này. Giữ trong lò để giữ nóng. Phục vụ đường ống nóng, rắc muối và nước cốt chanh.

4. rán gạo

Năng suất: 12 Phục vụ

Nguyên liệu

- 1 gói Nấm men khô
- 2 muỗng canh      Nước ấm
- $1\frac{1}{2}$ cốc Nấu cơm; làm mát
- 3 quả Trứng; bị đánh
- $1\frac{1}{2}$ cốc Bột mì
- $\frac{1}{2}$ cốc Đường
- $\frac{1}{2}$ thìa cà phê Muối
- $\frac{1}{4}$ thìa cà phê nhục đậu khấu
- Mỡ chiên ngập dầu
- đường bánh kẹo

Hòa tan men trong nước ấm. Trộn với cơm và để ở nơi ấm áp qua đêm. Ngày hôm sau, đánh trứng, bột mì, đường, muối và hạt nhục đậu khấu.

Thêm bột nếu cần thiết để tạo ra một bột dày. Đun nóng chất béo đến 370 độ hoặc cho đến khi khối bánh mì 1 inch có màu nâu trong 60 giây. Thả bột từ một muỗng canh vào mỡ nóng và chiên cho đến khi vàng nâu, khoảng 3 phút.

Xả trên khăn giấy và rắc đường bột. phục vụ nóng

## 5. Việt quất/ngô rán

Năng suất: 6 Phục vụ

Nguyên liệu

- ⅔ cốc Bột mì
- ⅓ cốc Bột ngô
- 2 muỗng canh Đường
- 1 muỗng cà phê Bột nở
- ½ thìa cà phê Muối
- ¼ muỗng canh Nhục đậu khấu , đất
- ⅓ cốc Sữa
- 2 quả trứng , tách riêng
- Dầu thực vật
- 1½ cốc quả việt quất
- Đường bánh kẹo và mật ong

Trong bát vừa, khuấy đều bột mì, bột bắp, đường, bột nở, muối và nhục đậu khấu.

Trong 2 cốc đo lường, khuấy đều sữa, lòng đỏ trứng và dầu. Đổ vào hỗn hợp bột. Trộn đều. Bột sẽ cứng. Khuấy quả việt quất. Để qua một bên.

Trong tô nhỏ với máy trộn ở tốc độ cao, đánh lòng trắng trứng cho đến khi tạo thành các đỉnh cứng. Với thìa cao su, nhẹ nhàng gấp một nửa đã đánh lòng trắng trứng vào bột cho đến khi trộn đều. Sau đó trộn lòng trắng trứng đã đánh còn lại vào bột,

Cẩn thận cho từng thìa bột chiên vào dầu nóng, từng thìa một. Chiên 3-4 phút, lật một lần hoặc cho đến khi rán có màu vàng nâu.

## 6. Ngô chiên với nước chấm

Năng suất: 8 phục vụ

Nguyên liệu

- 2 quả trứng lớn ; bị đánh
- $\frac{3}{4}$ cốc Sữa
- 1 muỗng cà phê thì là
- 2 cốc bột
- Muối và hạt tiêu cho vừa ăn
- 2 tách Hạt ngô
- 3 muỗng canh Mùi tây; băm nhỏ

**sốt cam cay**

- $\frac{1}{2}$ cốc Orange Marmalade
- $1\frac{3}{8}$ cốc Nước ép cam tươi
- 1 muỗng canh Gừng; nạo
- $\frac{1}{2}$ thìa cà phê mù tạt kiểu Dijon

Trong bát, đánh trứng và sữa. Trong một bát khác, khuấy thì là trên bột. Mùa tốt với muối và hạt tiêu

Đánh hỗn hợp trứng vào bột bằng máy đánh trứng. Khuấy ngô và rau mùi tây. Đun nóng dầu đến 375° Thả hỗn hợp ngô vào mỡ nóng mà không làm đầy chảo. Chiên, lật một lần, cho đến khi vàng nâu

Vớt ra để ráo trên khăn giấy. Kết hợp các thành phần nước sốt và phục vụ.

## 7. rán lễ hội

Năng suất: 18 Phục vụ

Nguyên liệu

- 1 cái ly Nước nóng
- 8 muỗng canh Bơ không ướp muối
- 1 muỗng canh Đường
- ½ thìa cà phê Muối
- 1 cái ly Bột mì đa dụng, đã rây
- 4 quả trứng
- 1 muỗng cà phê Vỏ cam tươi nạo
- 1 muỗng cà phê Vỏ chanh tươi nạo
- 4 chén dầu đậu phộng
- đường bánh kẹo

Kết hợp nước, bơ, đường và muối trong chảo nước sốt nhỏ và đun sôi. Khi bơ tan chảy, thêm bột mì. Khuấy mạnh bằng máy đánh trứng

Cho từng quả trứng vào, dùng thìa đánh mạnh sau mỗi lần thêm. Thêm vỏ cam và chanh bào.

Trong chảo sâu lòng, đun nóng dầu đậu phộng đến 300° F.

Thả từng thìa bột vào dầu nóng, không quá 4 hoặc 5 viên một lần. Khi bánh rán chín vàng và phồng lên, dùng thìa có rãnh vớt ra, để ráo trên khăn giấy và rắc đường bánh kẹo lên.

## 8. Garbanzo rán với salsa lê

Năng suất: 1 phục vụ

**Nguyên liệu**

- 1½ cốc Garbanzos nấu chín, để ráo nước
- 1 muỗng cà phê Muối
- 1 củ khoai tây Idaho vừa
- 1 nhỏ Hành tây, bào thô
- 1 muỗng canh Bột mì
- 2 thìa cà phê sốt tiêu nóng
- 3 Lòng trắng trứng, đánh nhẹ
- 2 quả cà chua mận Ý
- 2 quả lê gọt vỏ, bỏ lõi và thái hạt lựu
- 1 muỗng canh nước cốt chanh tươi
- 6 Hành lá lớn , xắt nhỏ
- 1 muỗng canh ớt Jalapeño

- 1 muỗng canh giấm rượu sherry
- 1 muỗng cà phê Em yêu

Trong một bát vừa, kết hợp khoai tây, hành tây, bột mì và sốt tiêu nóng. Trộn đều để hòa quyện. Thêm đậu garbanzo và lòng trắng trứng và trộn.

Thả những thìa bột tròn vào chảo để có chỗ cho chúng lan rộng. Nấu trên lửa vừa phải cho đến khi chúng có màu vàng nâu

Phục vụ với Zesty Pear Salsa

## 9. Chickpea rán với couscous

Năng suất: 1 phục vụ

Nguyên liệu

- 7 ounces Couscous , nấu chín
- ½ quả dưa chuột nhỏ
- 2 quả cà chua Mận; (bóc vỏ, bỏ hạt, thái hạt lựu)
- 1 quả chanh
- 6 củ Hành lá; cắt tỉa
- 1 lon (14oz) đậu xanh rửa sạch để ráo nước
- ½ thìa cà phê Rau mùi hoặc rau mùi và bạc hà
- 1 quả ớt đỏ; bỏ hạt thái nhỏ
- 1 tép tỏi
- Bột mì để phủi bụi
- 5 ounce sữa chua FF

- Muối và tiêu mới xay
- Ớt bột /thì là để hương vị

Khuấy cà chua, rau mùi tây vào couscous. Cắt đôi quả chanh và vắt lấy nước cốt. Xắt nhỏ hành lá thành couscous.

Thêm thì là, rau mùi/ngò, ớt và rau mùi/lá ngò. Băm nhỏ tép tỏi và thêm vào . Cho dưa chuột vào bát và khuấy sữa chua xắt nhỏ bạc hà với nhiều gia vị. Trộn đều

Định hình hỗn hợp đậu xanh thành 6 miếng và rắc nhẹ bằng bột mì. Thêm vào chảo và nấu trong vài phút .

## 10. Ngô chiên tiêu

Năng suất: 12 rán

Nguyên liệu

- $1\frac{1}{4}$ cốc Ngô, nguyên hạt, tươi hoặc đông lạnh
- 1 cái ly ớt chuông đỏ; Thái nhỏ
- 1 cái ly Hành lá; Thái nhỏ
- 1 muỗng cà phê Ớt jalapeno; băm nhuyễn
- 1 muỗng cà phê thì là
- $1\frac{1}{4}$ cốc bột mì
- 2 thìa cà phê Bột nở
- Muối; nếm thử
- hạt tiêu, màu đen; nếm thử
- 1 cái ly Sữa
- 4 muỗng canh dầu

Cho ngô vào tô trộn cùng với tiêu băm nhỏ, hành lá và ớt cay. Rắc thì là, bột mì, bột nở, muối và hạt tiêu; khuấy đều. Thêm sữa và khuấy đều để trộn kỹ.

Thìa bột thành từng mẻ $\frac{1}{4}$ chén vào chảo và nấu cho đến khi vàng nâu cả hai mặt, khoảng 2 phút mỗi mặt.

## 11. Chanuka rán

Năng suất: 1 phục vụ

Nguyên liệu

- 2 Men, hoạt chất khô bì Nước ấm
- $2\frac{1}{2}$ cốc Bột mì; chưa tẩy trắng đến 3 muối
- 2 thìa cà phê Hạt cây hồi
- 2 muỗng canh dầu ô liu
- 1 cái ly Nho khô; tối không hạt
- 1 cái ly Dầu ô liu để chiên
- $1\frac{1}{2}$ cốc Em yêu
- 2 muỗng canh Nước chanh

Kết hợp bột mì, muối và hạt hồi trong một cái bát. Dần dần thêm men đã hòa tan và 2 muỗng canh dầu ô liu . Nhào cho đến khi bột mịn và đàn hồi

Rải nho khô lên bề mặt làm việc và nhào bột lên trên. Hình thành một quả bóng .

Đun nóng dầu và cho từng viên kim cương vào chiên, trở mặt cho đến khi vàng nâu cả hai mặt.

Đun nóng mật ong trong nồi với 2 muỗng canh nước cốt chanh và đun sôi chỉ trong 3 phút. Sắp xếp trên đĩa phục vụ và đổ mật ong nóng lên chúng.

# RAU CHIÊN RAU

## 12. rán đậu bắp

Năng suất: 1 phục vụ

Nguyên liệu

- 1 chén bột mì chưa tẩy trắng
- 1½ muỗng cà phê Bột nở
- 2 muỗng cà phê muối
- ¼ muỗng cà phê tiêu đen xay
- ¼ muỗng cà phê hạt nhục đậu khấu
- 1 nhúm cayenne
- 2 chén đậu bắp tươi - thái lát mỏng

Kết hợp các thành phần tốt

Thả từng muỗng cà phê vào dầu. Nấu cho đến khi vàng, 3-5 phút cho đến khi chúng nổi lên, sau đó lật lại.

Để ráo trên khăn giấy & Ăn nóng với nước chấm nếu muốn.

## 13. rán đậu

Năng suất: 24 rán

**Nguyên liệu**

- 1 chén Đậu Hà Lan mắt đen
- 2 Hạt tiêu, đỏ, cay; hạt, xắt nhỏ
- 2 muỗng cà phê muối
- Dầu, thực vật; để chiên

Ngâm đậu qua đêm trong nước lạnh. Vớt đậu ra, vo sạch và bỏ vỏ, ngâm đậu lại với nước lạnh và ngâm thêm 2-3 tiếng. Để ráo nước, rửa sạch và cho vào máy xay thịt bằng lưỡi dao tốt nhất hoặc xay từng chút một trong máy xay điện. Xay ớt. Thêm muối và hạt tiêu vào đậu và đánh bằng thìa gỗ cho đến khi chúng nhẹ và bông và tăng đáng kể về khối lượng.

Đun nóng dầu trong chảo nặng và chiên hỗn hợp từng muỗng canh cho đến khi vàng nâu cả hai mặt. Xả trên khăn giấy.

Phục vụ nóng như một món ăn kèm với đồ uống.

## 14. Khoai lang chiên gừng

Năng suất: 1 phục vụ

**Nguyên liệu**

- MỘT; (1/2-pound) khoai lang
- $1\frac{1}{2}$ thìa cà phê gừng tươi bóc vỏ băm nhỏ
- 2 thìa cà phê nước cốt chanh tươi
- $\frac{1}{4}$ muỗng cà phê mảnh ớt đỏ khô
- $\frac{1}{4}$ muỗng cà phê muối
- 1 trứng lớn
- 5 muỗng canh Bột mì đa dụng
- Dầu thực vật để chiên ngập dầu

Trong một bộ xử lý thực phẩm, thái nhỏ khoai lang nghiền với củ gừng, nước cốt chanh, ớt đỏ và muối, thêm trứng và bột mì, trộn đều hỗn hợp.

Trong một cái chảo lớn, đun nóng $1\frac{1}{2}$ inch dầu và thả từng thìa hỗn hợp khoai lang vào dầu cho đến khi chúng có màu vàng

Chuyển các miếng rán sang khăn giấy để ráo nước.

# 15. rán cà tím

Năng suất: 6 Phục vụ

**Nguyên liệu**

- 2 quả trứng, đánh tan
- muối để hương vị
- 2 muỗng canh Sữa
- 2 cà tím (cà tím), thái nhỏ
- Dầu để chiên ngập dầu

Trộn trứng, muối và sữa với nhau để tạo thành bột nhão. Nhúng các lát cà tím vào bột và chiên ngập các lát cà tím đã phủ trong dầu trên lửa vừa phải cho đến khi chín vàng đều.

## 16. atisô rán

Năng suất: 6 Phục vụ

Nguyên liệu

- ½ pound tim atisô, nấu chín và thái hạt lựu
- 4 quả trứng, tách riêng
- 1 muỗng cà phê Bột nở
- 3 Hành lá, xắt nhỏ
- 1 muỗng canh vỏ chanh nạo
- ½ chén bột mì
- Muối và hạt tiêu cho vừa ăn
- 1 muỗng canh bột bắp
- 4 chén dầu chiên, dầu đậu phộng hoặc ngô

Đặt trái tim atisô vào một cái bát lớn và khuấy trong lòng đỏ trứng và bột nở. Thêm hành lá. Cho vỏ chanh vào. Trộn bột mì, muối và hạt tiêu. Trong một bát riêng, đánh lòng trắng trứng và bột ngô với nhau cho đến khi tạo thành chóp. Gấp lòng trắng trứng vào hỗn hợp atisô.

Với một muỗng canh, thả những cục bột rán cỡ nửa đô la vào dầu. Chiên cho đến khi vàng nâu

Loại bỏ các miếng rán bằng thìa có rãnh và để ráo nước trên khăn giấy.

## 17. rán củ cải đại hoàng

Năng suất: 1 phục vụ

**Nguyên liệu**

- 8 cọng củ cải đại hoàng
- 1 chén bột mì
- ½ muỗng cà phê muối
- ⅛ muỗng cà phê ớt bột
- 1 quả trứng, đánh nhẹ
- 2 muỗng canh Dầu hoặc bơ tan chảy
- ⅔ cốc Sữa
- Dầu để chiên ngập dầu

Trộn bột mì, muối, ớt bột, trứng, dầu hoặc bơ và sữa.

Nhúng các miếng thân cây vào bột này, phủ kín chúng. Chiên trong mỡ ngập dầu được làm nóng đến 375 F hoặc cho đến khi đủ nóng để làm nâu một khối bánh mì 1 inch trong 1 phút.

Xả trên giấy nâu trong lò ấm

## 18. quả sung rán

Năng suất: 24 quả sung

**Nguyên liệu**

- 24 Quả vả chín chắc
- 2 quả trứng, tách ra
- $\frac{5}{8}$ ly Sữa
- 1 muỗng canh dầu
- 1 nhúm muối
- Vỏ chanh nạo
- 20$\frac{1}{2}$ ounce bột mì
- 1 muỗng canh Đường
- Dầu để chiên

Trong một cái bát, đánh lòng đỏ trứng với sữa, dầu, muối và vỏ chanh. Khuấy bột và đường và kết hợp tốt. Làm lạnh bột trong 2 giờ.

Đánh lòng trắng trứng cho đến khi bông cứng và cho chúng vào bột. Nhúng quả sung vào bột và chiên trong dầu nóng sâu lòng cho đến khi vàng nâu.

Xả nhanh và rắc đường. Mơ, chuối và các loại trái cây khác có thể được chế biến theo cách tương tự.

## 19. Rau trộn với củ cải rán

Năng suất: 6 Phục vụ

Nguyên liệu

- ¼ chén bơ
- 1 chén hành tây xắt nhỏ
- 1 chén hành lá xắt nhỏ
- 2 cọng cần tây, xắt nhỏ
- 2 muỗng canh Củ gừng thái nhỏ
- 2 tép tỏi, thái nhỏ
- 1 pound Củ cải non còn xanh
- 10 chén nước
- 2 viên nước dùng gà cực lớn
- ½ chén rượu trắng khô hoặc nước
- ¼ chén bột bắp
- 6 chén lá rau bina tươi đóng gói
- 1¼ muỗng cà phê tiêu đen xay

- $\frac{1}{2}$ muỗng cà phê muối
- $\frac{1}{4}$ chén bột mì đa dụng không rây
- 1 quả trứng lớn, đánh nhẹ
- Dầu thực vật để chiên

Chuẩn bị rau xanh.

Bào củ cải nguội. Kết hợp củ cải nạo, bột mì, trứng và $\frac{1}{4}$ t hạt tiêu và muối còn lại.

Cho từng thìa đầy hỗn hợp bột chiên vào chảo và chiên, trở mặt, cho đến khi vàng nâu cả hai mặt

## 20. Món tráng miệng rán zucchini

Năng suất: 2 phục vụ

**Nguyên liệu**

- 2 quả trứng
- $\frac{2}{3}$ chén phô mai ít béo
- 2 lát Bánh mì trắng hoặc WW vụn
- 6 muỗng cà phê Đường
- 1 chút muối
- $\frac{1}{2}$ muỗng cà phê Bột nở
- 2 muỗng cà phê Dầu thực vật
- 1 muỗng cà phê chiết xuất vani
- $\frac{1}{2}$ muỗng cà phê bột quế
- $\frac{1}{4}$ muỗng cà phê hạt nhục đậu khấu
- $\frac{1}{8}$ thìa cà phê hạt tiêu xay
- 2 muỗng canh nho khô

- 1 chén zucchini cắt nhỏ cuối cùng chưa gọt vỏ

Kết hợp tất cả các thành phần trừ nho khô và bí xanh. Xay đến khi mịn. Đổ hỗn hợp vào một cái bát. Khuấy zucchini và nho khô vào hỗn hợp trứng.

Làm nóng trước chảo chống dính hoặc vỉ nướng trên lửa vừa cao. Thả bột lên vỉ nướng bằng thìa lớn, tạo thành những chiếc bánh 4 inch. Cẩn thận lật các miếng rán khi các cạnh có vẻ khô.

## 21. rán tỏi tây

Năng suất: 4 phục vụ

**Nguyên liệu**

- 4 chén Tỏi tây băm nhỏ; (khoảng 2 cân Anh)
- 1 muỗng canh Dầu thực vật
- 1 muỗng canh Bơ
- 2 chén cây me chua xắt nhỏ
- 2 quả trứng
- $\frac{1}{4}$ chén bột mì
- $\frac{1}{4}$ muỗng cà phê vỏ chanh khô
- $\frac{1}{4}$ muỗng cà phê bột cà ri ngọt
- $\frac{1}{4}$ muỗng cà phê Tiêu trắng
- $\frac{1}{2}$ muỗng cà phê muối
- Kem chua

Xào tỏi tây trong dầu và bơ trong khoảng 7 phút, cho đến khi chúng chín nhưng không bị thâm

Thêm cây me chua và nấu thêm 7 phút nữa, hoặc lâu hơn, cho đến khi héo. Khi nguội, trộn đều trứng, bột mì và gia vị. Thêm vào tỏi tây.

Trong chảo xào, đun nóng khoảng $\frac{1}{4}$ chén dầu thực vật. Múc hỗn hợp tỏi tây vừa đủ để làm bánh kếp 2-$\frac{1}{2}$"-3". Nấu 2-3 phút ở mặt thứ nhất, cho đến khi có màu nâu nhạt, lật mặt và nấu khoảng 2 phút ở mặt thứ hai.

Xả trên khăn giấy và phục vụ.

# 22. Đậu lăng rán và củ cải đường

Năng suất: 4 phục vụ

**Nguyên liệu**

- ¼ pound Đậu lăng đỏ; nấu chín
- 1 muỗng canh thì là tươi xắt nhỏ
- 1 muỗng cà phê ớt bột
- ½ muỗng cà phê muối
- ¾ pound Khoai tây đỏ; bóc vỏ
- Dầu ô liu; để chiên
- ¼ pound Rau củ cải đường; thân cây bị loại bỏ
- 1 muỗng canh giấm Balsamic
- ½ muỗng cà phê mù tạt đá
- ½ muỗng cà phê bạch hoa
- Muối
- Hạt tiêu vừa mới nghiền

- 3 muỗng canh dầu ô liu nguyên chất

Cho hỗn hợp đậu lăng đã xay nhuyễn vào tô, cho thì là, ớt bột và $\frac{1}{2}$ muỗng cà phê muối vào khuấy đều. Nghiền khoai tây vào bát và khuấy đều để trộn.

Tạo hỗn hợp đậu lăng thành những miếng rán cỡ nửa đô la và chiên trong một lớp dầu mỏng cho đến khi chín vàng

Nước xốt: Cho giấm, mù tạt, nụ bạch hoa, muối và hạt tiêu vào một cái bát nhỏ. Đánh trong dầu ô liu cho đến khi trộn. Luộc cải xanh trong nước muối cho đến khi héo. Phục vụ

## 23. rán cà tím

Năng suất: 4 phục vụ

**Nguyên liệu**

- 1 quả cà tím nhỏ
- 1 muỗng cà phê Giấm
- 1 quả trứng
- $\frac{1}{4}$ muỗng cà phê muối
- 3 muỗng canh bột mì
- $\frac{1}{2}$ muỗng cà phê Bột nở

Gọt vỏ và thái lát cà tím. Nấu cho đến khi mềm trong nước sôi, muối. Thêm giấm và để yên trong một phút để tránh đổi màu. Xả cà tím & xay nhuyễn. Đánh các nguyên liệu khác và thả từ thìa vào mỡ nóng, lật các miếng rán để chúng có màu nâu đều. Xả tốt trên khăn giấy và giữ ấm.

Có thể thêm hành tây thái nhỏ, rau mùi tây, v.v.

## 24. cà rốt rán

Năng suất: 1 phục vụ

**Nguyên liệu**

- $\frac{1}{2}$ chén bột mì
- 1 quả trứng, đánh nhẹ
- 1 muỗng cà phê bột cà ri
- $\frac{1}{2}$ pound cà rốt
- $\frac{1}{4}$ muỗng cà phê muối
- $\frac{1}{2}$ cốc Bia phẳng
- 1 Lòng trắng trứng

Kết hợp bột mì, muối, trứng, 1 muỗng canh dầu thực vật và bia để tạo thành một hỗn hợp mịn.

Khuấy bột cà ri. Đánh lòng trắng trứng cho đến khi cứng và gấp lại thành bột. Nhẹ nhàng gấp trong cà rốt.

Thả từng thìa lớn hỗn hợp vào dầu thực vật 375 độ và nấu khoảng một phút cho mỗi mặt.

## 25. Đậu rán rán

Năng suất: 4 phục vụ

**Nguyên liệu**

- 2 chén đậu Hà Lan (nấu chín)
- 1 chén bột mì
- 2 muỗng cà phê Bột nở
- 1 muỗng cà phê tiêu
- $\frac{1}{2}$ muỗng cà phê muối
- 1 muỗng canh bột cà ri
- 2 quả trứng
- $1\frac{1}{2}$ cốc sữa

Trộn tất cả các nguyên liệu khô. Đánh trứng và sữa. Thêm vào hỗn hợp bột. Nhẹ nhàng khuấy trong đậu Hà Lan nấu chín.

Thả từ muỗng vào mỡ nóng $\frac{3}{4}$ inch. Chiên cho đến khi có màu nâu nhạt. Phục vụ 4 đến 5

## 26. Khoai tây chiên nhồi bông

Năng suất: 1 phục vụ

**Nguyên liệu**

- ¼ chén dầu ngô
- 3 củ hành vừa (1-1/2 chén); băm nhỏ
- 1 pound Thịt bò xay
- 1 muỗng cà phê muối
- ½ thìa cà phê tiêu
- 3 cân Khoai tây; nấu chín và nghiền
- 1 quả trứng; bị đánh
- 1 muỗng cà phê Muối; hoặc nếm thử
- ½ muỗng cà phê bột quế
- ½ thìa cà phê tiêu
- 1 chén bột Matzoh

Đun nóng dầu trong chảo & xào hành tây trên lửa vừa phải cho đến khi vàng. Thêm thịt bò, muối, hạt tiêu và xào cho đến khi hỗn hợp khô và tất cả chất lỏng đã bay hơi hết. Thêm khoai tây nghiền.

Nặn $\frac{1}{2}$ chén bột khoai tây thành hình tròn trong lòng bàn tay. Đặt 1 phần nhân vào giữa và gấp bột lại thành hình xúc xích hơi dẹt

Chiên trong dầu trên lửa vừa phải cho đến khi vàng nâu cả hai mặt.

## 27. nấm rán

Năng suất: 6 Phục vụ

**Nguyên liệu**

- 1 chén bột mì đa dụng
- 1  lon bia 12 oz
- 1½ muỗng cà phê muối
- ¼ muỗng cà phê Tiêu đen
- 1 muỗng cà phê ớt bột
- 1 cân    Nấm
- Nước chanh
- Muối
- 4 chén dầu để chiên

Chuẩn bị bột bằng cách trộn tất cả trừ nấm, muối và chanh cho đến khi mịn.

Rắc nấm với một ít nước cốt chanh và muối.

Nhúng nấm vào bột rồi thả vào dầu nóng chiên cho vàng. Để nấm đã chín trên khay có lót giấy thấm trong lò nướng ở nhiệt độ thấp.

## 28. Hành tây bhajiyas / rán hành tây

Năng suất: 6 Phục vụ

**Nguyên liệu**

- $1\frac{1}{2}$ chén đậu lăng hoặc bột đậu xanh
- 1 muỗng cà phê muối hoặc nếm thử
- 1 nhúm Baking soda
- 1 muỗng canh Gạo xay
- Nhúng thìa là/ớt bột/rau mùi
- 1 đến 2 quả ớt xanh tươi
- 2 củ hành tây lớn , thái thành vòng và tách ra
- Dầu để chiên ngập dầu

Rây bột và thêm muối, baking soda, gạo xay, thìa là, rau mùi, ớt bột và ớt xanh; trộn đều. Bây giờ thêm hành tây và trộn kỹ.

Dần dần thêm nước và tiếp tục trộn cho đến khi tạo thành một loại bột dày mềm.

Đun nóng dầu và cho bánh vào chiên nhẹ nhàng để đảm bảo phần bột ở giữa mềm, trong khi bên ngoài chuyển sang màu vàng nâu và giòn. Điều này sẽ mất khoảng 12 đến 12 phút mỗi đợt.

Để ráo nước rán trên khăn giấy.

## 29. Pakor a

Năng suất: 12 Phục vụ

**Nguyên liệu**

- 1 chén bột đậu xanh
- ½ chén bột mì đa dụng chưa tẩy trắng
- ½ thìa cà phê Baking soda
- ¾ muỗng cà phê Kem cao răng
- ¼ muỗng cà phê muối biển
- 1 muỗng cà phê bột thì là & bột rau mùi
- 1 muỗng cà phê nghệ & ớt cayenne
- 2 thìa nước cốt chanh
- 1 chén khoai tây thái lát
- 1 chén hoa súp lơ
- 1 chén ớt chuông xắt nhỏ

Trộn đều bột mì, baking soda, cream of tartar, muối và gia vị.

Dần dần đánh trong nước và nước cốt chanh để tạo thành một hỗn hợp mịn có độ đặc của kem nặng. Để qua một bên.

Nhúng rau vào bột để phủ. Cho vào dầu nóng, trở mặt cho chín đều, cho đến khi vàng nâu, khoảng 5 phút. Lấy ra bằng thìa có rãnh và để ráo nước trên giấy thấm.

## 30. Rau mùi tây và cà rốt rán

Năng suất: 4 phục vụ

**Nguyên liệu**

- 225 gam Củ cải vàng; nạo
- 2 củ Cà rốt vừa; nạo
- 1 củ hành tây; nạo
- 3 muỗng canh Hẹ tươi cắt nhỏ
- Muối và hạt tiêu đen mới xay
- 2 quả trứng vừa
- $\frac{1}{2}$ gói Lạp Xưởng Heo
- 100 gram phô mai Cheddar loại mạnh
- 40 gram bột mì
- 2 muỗng canh mùi tây tươi xắt nhỏ

Trộn rau mùi tây, cà rốt, hành tây, hẹ, gia vị và một quả trứng, cho đến khi trộn đều. Chia làm bốn, ấn dẹt thành những chiếc bánh thô.

Làm nóng chảo lớn và nấu xúc xích trong 10 phút, thỉnh thoảng trở cho đến khi vàng.

Trong khi đó, cho bánh xèo vào chảo và chiên trong 3 phút mỗi mặt cho đến khi vàng.

Trộn các thành phần còn lại với nhau để tạo thành một hỗn hợp đặc và cuộn thành hình khúc gỗ lớn. Cắt làm bốn. Cắt nhỏ xúc xích và chia giữa các miếng rán. Trên cùng với một lát phô mai.

Đặt dưới vỉ nướng đã được làm nóng trước và nấu trong 5-8 phút cho đến khi sủi bọt và tan chảy. Phục vụ ngay lập tức trang trí với hẹ và tương ớt.

## 31. Pomme rán/ rán patatine

Năng suất: 4 phục vụ

**Nguyên liệu**

- 1 cân khoai tây Russet
- 4 lít dầu ô liu nguyên chất
- Muối và tiêu

Cắt khoai tây thành những lát có kích thước bằng nhau bằng ngón tay rồi cho vào thau nước lạnh mới.

Đun nóng dầu đến 385 F trong nồi gấp đôi thể tích dầu

Thêm từng nắm khoai tây và nấu cho đến khi vàng nâu. Vớt ra giấy để ráo nước, nêm muối tiêu và dùng với sốt mayonnaise

# 32. Khoai tây chiên và quả óc chó

Năng suất: 4 phục vụ

**Nguyên liệu**

- 2 Khoai tây luộc
- Muối
- 2 quả trứng lớn
- ½ chén quả óc chó băm nhỏ
- Hạt tiêu mới xay
- 5 chén dầu thực vật, để chiên ngập dầu

Đun nóng dầu để chiên sâu đến 360 độ

Làm bánh rán từ hỗn hợp nhưng không làm đông chúng trong dầu. Chiên 2-3 phút hoặc cho đến khi vàng nâu ở tất cả các mặt.

Chuyển sang khay có lót khăn giấy.

## 33. rán bí ngô

Năng suất: 1 phục vụ

**Nguyên liệu**

- 4 chén bí ngô nghiền nấu chín
- 2 quả trứng
- 1 chén bột mì
- 1 nhúm muối
- 1 muỗng cà phê Bột nở
- 2 muỗng canh đường
- 250 ml Đường
- 500 ml Nước
- 500 ml sữa
- 30 ml bơ thực vật
- 20 ml Tinh bột ngô hòa với nước

Kết hợp tất cả các thành phần, tạo thành một loại bột mềm và chiên từng thìa trong dầu cạn cho đến khi cả hai mặt đều có màu nâu nhạt.

Để ráo trên giấy và dùng nóng với đường quế hoặc sốt caramel.

## 34. rán rau bina

Năng suất: 4 phục vụ

**Nguyên liệu**

- 1 pound Rau bina tươi hoặc loại khác
- Rau bạn chọn
- 3 quả trứng lớn
- 2 muỗng canh Sữa
- 1 muỗng cà phê muối
- $\frac{1}{2}$ thìa cà phê tiêu
- 2 muỗng canh Hành băm
- 1 muỗng canh cần tây xắt nhỏ
- 1 muỗng canh bột mì
- Dầu ăn

Rau mồng tơi rửa sạch, để ráo, thái nhỏ.

Tách trứng và đánh lòng trắng cho đến khi chúng có đỉnh mềm.

Kết hợp lòng đỏ trứng với sữa, muối, hạt tiêu, hành tây, cần tây và bột mì. Cho lòng trắng trứng đã đánh bông và rau bina vào, trộn đều.

Định hình thành 8 miếng 3 inch và chiên trong dầu ăn cho đến khi chín vàng.

# 35. Đậu hủ chiên giòn

Năng suất: 4 phục vụ

**Nguyên liệu**

- 50 gram Bột mì tự nở
- Muối và hạt tiêu mới xay
- Dầu thực vật để chiên
- 285g đậu phụ; cắt thành khối
- 2 muỗng canh Đường cát
- 2 muỗng canh giấm rượu vang đỏ
- 300 gram quả mọng hỗn hợp
- 2 củ hẹ; thái hạt lựu

Làm salsa. Cho giấm và đường vào chảo đun nóng nhẹ để đường tan. Thêm các loại quả mọng và hẹ và luộc nhẹ nhàng trong 10 phút cho đến khi mềm. Để nguội.

Làm bột, cho bột vào bát và từ từ khuấy trong nước.

Đun nóng dầu trong chảo sâu cho đến khi nóng. Nhúng đậu phụ vào bột và chiên trong 1-2 phút cho đến khi bột giòn.

## 36. rán cà chua

Năng suất: 16 Phục vụ

**Nguyên liệu**

- 1 ⅓ chén cà chua mận, bỏ hạt, thái hạt lựu
- ⅔ chén Zucchini, thái hạt lựu
- ½ chén hành tây, thái nhỏ
- 2 muỗng canh Lá bạc hà, xắt nhỏ
- ½ chén bột mì đa dụng
- ¾ muỗng cà phê Bột nở
- ½ muỗng cà phê muối
- ½ thìa cà phê tiêu
- Một nhúm bột quế
- Dầu ô liu để chiên

Kết hợp cà chua thái hạt lựu, bí xanh, hành tây và bạc hà trong một bát nhỏ

Kết hợp bột mì, bột nở, muối và hạt tiêu và quế trong một bát vừa. Khuấy rau vào nguyên liệu khô.

Đun nóng dầu ô liu trong chảo chống dính lớn và thả từng thìa bột vào dầu. Nấu cho đến khi vàng nâu, khoảng 2 phút mỗi bên.

Để ráo trên khăn giấy, dùng nóng.

# RIÊNG TRÁI CÂY

## 37. táo Hà Lan rán

Năng suất: 4 phục vụ

**Nguyên liệu**

- 8 quả táo lớn gọt vỏ, bỏ lõi
- 2 chén bột mì đa dụng, rây mịn
- 12 ounce bia
- ½ muỗng cà phê muối
- Dầu, mỡ lợn hoặc mỡ
- đường bánh kẹo

Cắt táo đã gọt vỏ và bỏ lõi hoặc cắt thành hình tròn dày ⅓ inch.

Trộn rượu, bột mì và muối bằng máy đánh trứng, cho đến khi hỗn hợp mịn rồi Nhúng các lát táo vào hỗn hợp.

Chiên ngập dầu hoặc 1 inch dầu trong chảo nặng ở nhiệt độ chiên 370°. Làm khô hạn

## 38. Bánh rán táo-cam

Năng suất: 18 Phục vụ

**Nguyên liệu**

- 1 cốc sữa
- 1 Cam, vỏ và nước ép
- 1 quả trứng, đánh tan
- 1 chén Táo, xắt nhỏ
- 4 muỗng canh bơ thực vật
- 3 chén Bột làm bánh
- $\frac{1}{4}$ chén đường
- 2 muỗng cà phê Bột nở
- $\frac{1}{2}$ muỗng cà phê muối
- 1 muỗng cà phê vani

Đánh trứng. Trong một bát trộn, kết hợp sữa, trứng và bơ thực vật tan chảy. Thêm nước cam, vỏ, táo xắt nhỏ và vani.

Rây bột mì, muối, bột nở. Khuấy vào hỗn hợp sữa bằng thìa cho đến khi hòa quyện.

Làm nóng dầu trong chảo đến 350 ~. Thả phần cuối của muỗng canh vào dầu nóng. Chiên đến một màu nâu vàng. Lật để chúng có màu nâu đều. Để nguội.

# 39. Chuối chiên trong bột tempura

Năng suất: 1 phục vụ

**Nguyên liệu**

- 5 quả chuối
- Bột nạo chuối
- Dầu thực vật để chiên ngập dầu
- 1 quả trứng
- 125 ml Bột rây
- 1/2 muỗng cà phê. muối nở
- Em yêu

Trộn các thành phần bột bằng roi cho đến khi hơi sủi bọt.

Cắt chuối thành miếng 1 inch / 2½ cm. Lăn chúng xung quanh trong bột cho đến khi phủ nhẹ.

Nhúng một vài miếng chuối vào bột và chiên cho đến khi vàng. Xả trên khăn giấy. Làm từng đợt nhỏ cho đến khi hoàn thành.

Đun mật ong trong chảo cho đến khi lỏng và nóng; đổ thứ này lên chuối.

# 40. mai rán

Năng suất: 8 phục vụ

**Nguyên liệu**

- 12 quả mơ nhỏ
- 12 quả hạnh nhân
- 2 thìa rượu rum trắng
- ½ chén bột mì đa dụng chưa tẩy trắng
- ½ chén bột bắp
- 3 muỗng canh Đường
- ½ muỗng cà phê muối
- ½ muỗng cà phê quế
- ½ muỗng cà phê Bột nở
- ½ cốc nước; thêm
- 1 muỗng canh Nước
- 3 muỗng canh bơ tan chảy
- 1½ lít Dầu thực vật; để chiên

- đường bánh kẹo

Đặt quả mơ vào một cái bát và rắc rượu rum lên các mặt khe.

Đối với bột, kết hợp các thành phần khô trong một cái bát và đánh bông trong nước, sau đó là bơ tan chảy.

Dùng nĩa nhúng quả mơ vào bột cho đến khi quả mơ vàng đậm và chín

## 41. Benya chuối rán

Năng suất: 1 phục vụ

Nguyên liệu

- 1 gói men
- 1 chén nước nóng
- Đường
- 10 chuối rất mềm
- 3 muỗng canh quế
- 2 thìa hạt nhục đậu khấu
- $2\frac{1}{2}$ cân bột mì
- $1\frac{1}{2}$ pound Đường
- nạo vỏ cam
- $\frac{1}{4}$ muỗng cà phê muối

Thêm men vào nước nóng và rắc một ít đường. Đậy nắp và để yên để bắt đầu quá trình tăng.

Nghiền kỹ chuối trong bát trộn lớn với men. Thêm quế, nhục đậu khấu, bột mì, đường, vỏ cam nạo và muối. Trộn kỹ và để yên qua đêm. Hỗn hợp sẽ tăng lên và gấp ba về lượng.

Thả từng thìa trong chất béo sâu; chiên cho đến khi có màu nâu. Phục vụ nóng hoặc lạnh

## 42. Langoustine và chuối rán

Năng suất: 1 phục vụ

**Nguyên liệu**

- 4 con langoustine béo tròn
- 1 quả chuối
- 8 ounce bột ngô
- 8 ounce bột mì
- 1 ounce Bột nở
- 3½ muỗng canh sốt cà chua
- ¼ lít giấm
- Muối và tiêu

Cho bột ngô, bột mì, muối và hạt tiêu vào tô trộn. Thêm nước sốt cà chua và giấm và đánh thành một hỗn hợp mịn. Thêm bột nở.

Làm nóng chảo hoặc nồi chiên điện đến 175-180C.

Lột vỏ và làm sạch ruột. Tách langoustines vào và đặt một miếng chuối ở giữa. Cố định cùng với một thanh cocktail. Nhúng vào bột và chiên ngập dầu.

## 43. rán đào đóng hộp

Năng suất: 4 -5 phần ăn

**Nguyên liệu**

- 1 lon (29 oz) đào thái lát
- 1 chén Bột Rây TRƯỚC KHI đong
- ½ muỗng cà phê muối
- 1 muỗng cà phê Bột nở
- 2 quả Trứng; bị đánh
- 1 muỗng canh Shortening nóng chảy
- ½ cốc sữa nguyên kem
- Dầu thực vật

Để ráo đào và rắc nhẹ bột mì. Rây bột mì với muối và bột nở. Thêm trứng đã đánh tan, mỡ và sữa vào. Trộn đều.

Dùng nĩa cán dài nhúng trái cây vào bột. Cho phép bột thừa chảy ra.

Cho trái cây vào dầu nóng (375) và chiên 2-3 phút hoặc cho đến khi có màu nâu nhạt

Xả trên khăn giấy. Rắc đường bột.

## 44. Rán dứa Caribê

Năng suất: 1 phục vụ

**Nguyên liệu**

- 2 chén Dứa tươi; cắt thành từng khúc
- 1 quả ớt Habanero; hạt và băm nhỏ
- 5 lá hẹ; băm nhuyễn
- 1 củ hành tây; băm nhỏ
- 2 tép tỏi; nghiền & băm nhỏ
- 8 củ Hành lá; băm nhỏ
- $\frac{1}{2}$ muỗng cà phê Nghệ
- $1\frac{1}{4}$ cốc bột mì
- $\frac{1}{2}$ cốc Sữa; Hoặc nhiều hơn
- $\frac{1}{2}$ chén Dầu thực vật; để chiên
- 2 quả trứng; bị đánh
- Muối và tiêu
- Nhẫn dứa; Đối với Trang trí

Trộn bảy thành phần đầu tiên; để qua một bên.

Kết hợp bột mì, sữa, trứng, muối và hạt tiêu với nhau và đánh đều bằng máy trộn điện. Sau 4 giờ, kết hợp trái cây với bột.

Đun nóng dầu thực vật trong chảo sâu lòng. Cho từng thìa bột vào và chiên trong khoảng 5 phút hoặc cho đến khi chúng có màu vàng nâu.

Loại bỏ rán và xả trên khăn giấy. Phục vụ lạnh

## 45. cơm cháy rán

Năng suất: 4 phục vụ

**Nguyên liệu**

- 200 gram Bột mì (1 3/4 cốc)
- 2 quả trứng
- $\frac{1}{8}$ lít Sữa (1/2 cốc cộng với 1/2 Tbsp)
- nhúm muối nhỏ
- 16 Hoa cơm cháy có cành
- Đường để phủi bụi
- 750 gram Mỡ lợn hoặc mỡ để chiên

Với một cái đánh trứng, trộn bột mì, trứng, muối và sữa vào bột bánh kếp. Rửa sạch hoa cơm cháy nhiều lần, sau đó thấm khô bằng khăn giấy.

Nhúng nhanh những bông hoa vào bột, sau đó chiên ngập dầu cho đến khi có màu vàng nâu. Bụi với đường và phục vụ

# 46. Trái cây và rau củ rán

Năng suất: 1 phục vụ

**Nguyên liệu**

- 1 chén bột mì đa dụng
- 1 muỗng cà phê Bột nở
- 14 muỗng cà phê muối
- 2 quả trứng lớn
- 2 muỗng cà phê Đường
- ⅔ cốc Sữa
- 1 muỗng cà phê dầu Salad
- ½ thìa nước cốt chanh
- Trai cây trộn
- Rau trộn

Rây bột mì, bột nở và muối với nhau. Đánh trứng cho đến khi nhẹ và mịn. Thêm đường, sữa, dầu và một chút nước cốt chanh; thêm hỗn hợp bột và chỉ khuấy đủ lâu để làm ẩm. Thêm một chút quế vào bột khi làm bánh rán trái cây.

TRÁI CÂY: Táo: Gọt vỏ, bỏ lõi và cắt thành lát $\frac{1}{2}$ inch. Chuối: Cắt thành miếng và rắc nước cốt chanh và đường. Sử dụng đào, dứa, v.v. đóng hộp bằng cách để ráo nước; rắc rất nhẹ bột mì trước khi nhúng vào bột.

RAU CỦ: Cắt thành các miếng có kích thước bằng nhau để giữ thời gian chiên xấp xỉ nhau.

Đun nóng dầu trong chảo sâu lòng và Rán các món rán cho đến khi có màu nâu đẹp mắt, sau đó để ráo trên khăn giấy.

## 47. Trái cây rán với nước sốt chanh-bourbon

Năng suất: 32 Phục vụ

**Nguyên liệu**

- ¾ chén bột mỳ đa dụng
- ½ muỗng cà phê Bột nở
- 1 quả trứng, đánh tan
- 1 muỗng canh Bơ hoặc bơ thực vật, tan chảy
- ⅓ cốc Đường
- 1 muỗng canh bột bắp
- ¾ chén nước
- 2 muỗng canh Bơ hoặc bơ thực vật
- 1 muỗng cà phê vani
- 4 quả táo, 4 quả lê, 4 quả chuối
- ¼ cốc Bourbon
- Vỏ chanh & 4 thìa nước cốt chanh

Rây bột mì, đường và bột nở.

Kết hợp trứng, nước, bơ và vani; khuấy thành phần khô cho đến khi vừa trộn.

Nhúng lát trái cây vào bột; thả vào chảo dầu nóng và chiên vàng đều hai mặt.

SỐT CHANH-BOURBON: Trộn đường và bột ngô trong một cái xoong nhỏ; khuấy trong nước. Nấu, khuấy liên tục, cho đến khi hỗn hợp sôi và đặc lại. Khuấy bơ. Thêm rượu bourbon, vỏ chanh và nước trái cây; trộn đều.

## 48. Rán táo miền bắc

Năng suất: 15 Phục vụ

**Nguyên liệu**

- $\frac{3}{4}$ chén bột ngô vàng
- $\frac{1}{2}$ chén bột mì đa dụng
- 2 muỗng canh Bột nở
- 6 muỗng canh Đường
- 1 nhúm muối
- 1 quả trứng
- $\frac{1}{2}$ cốc sữa
- 1$\frac{1}{2}$ chén dầu thực vật để chiên
- 1 quả táo Bắc Spy, gọt vỏ
- 2 muỗng canh Dầu thực vật
- Đường bánh kẹo để trang trí

Kết hợp tất cả các thành phần khô trừ đường bánh kẹo

Thêm từng nguyên liệu dạng lỏng (ngoại trừ $1\frac{1}{2}$ cốc dầu), khuấy đều giữa các lần thêm. Trộn trong táo. Để bột ngồi trong 10 phút.

Đun nóng dầu cho đến khi dầu nổ lách tách, không đến mức bốc khói. Thả bột vào dầu và vớt ra khăn giấy khi vàng nâu.

Rắc đường bánh kẹo và phục vụ.

## 49. chuối chiên dứa

Năng suất: 1 phục vụ

**Nguyên liệu**

- 1 ⅓ chén bột mì đa dụng
- 1½ muỗng cà phê bột nở tác dụng kép
- 3 muỗng canh Đường cát
- 1 thìa cà phê gừng xay
- ¾ chén dứa tươi xắt nhỏ; ráo nước
- ¾ chén chuối xắt nhỏ
- ½ cốc sữa
- 1 trứng lớn; bị đánh nhẹ
- Dầu thực vật để chiên ngập dầu
- Đường bánh kẹo dùng để phủi bụi

Rây bột mì, bột nở, đường cát, gừng và một chút muối.

Trong một cái bát, trộn đều dứa, chuối, sữa và trứng, thêm hỗn hợp bột và khuấy bột cho đến khi nó được kết hợp.

Thả từng thìa bột vào dầu theo từng mẻ và chiên các miếng rán, lật chúng trong 1 đến 1 phút rưỡi hoặc cho đến khi chúng có màu vàng.

Chuyển các miếng rán bằng thìa có rãnh sang khăn giấy để ráo nước và rây đường bánh kẹo lên trên.

## 50. rán lê chiên

Năng suất: 1 phục vụ

**Nguyên liệu**

- 1 Công Thức Bánh Quy Bơ Sữa Truyền Thống
- Dầu thực vật
- 1 cổng chai
- 1 ly nước
- 1 thanh quế
- 3 tép nguyên con
- ½ muỗng cà phê nhục đậu khấu
- 1 chùy
- 4 quả lê; bóc vỏ

Cho các nguyên liệu vào nồi và đun sôi thêm lê. Đun cho đến khi lê hơi săn lại trong 15 đến 20 phút.

Sau khi nguội, vớt lê ra và lọc lấy nước, đặt lại vào nồi và đun sôi. Giảm một nửa và loại bỏ nhiệt. Cắt quả lê làm tư, loại bỏ hạt.

Cán bột có chiều dài gấp đôi chiều rộng của quả lê và miễn là bạn có thể đạt được độ dày từ $\frac{1}{8}$ - đến $\frac{1}{4}$ inch. Đặt lê lên bột, gấp bột lên trên và cắt bằng khuôn bánh ngọt. Lặp lại cho đến khi hết bột và lê.

Nướng bánh quy.

## 51. cá trê rán

Năng suất: 8 phục vụ

**Nguyên liệu**

- 1½ cốc bột mì, đa dụng
- 1 muỗng cà phê muối tiêu
- 2 quả trứng vừa
- 3 muỗng canh Bơ không ướp muối; tan chảy, làm mát
- 1 cốc Sữa nguyên chất
- ½ cân cá tuyết muối
- 1 hạt tiêu, nóng; gieo hạt
- 2 củ hành lá; thái nhỏ
- 1 tép tỏi mỗi thứ; nghiền
- 1 muỗng canh Rau mùi tây; băm nhỏ
- ½ muỗng cà phê húng tây
- 1 quả hạt tiêu; đất

Rây bột và muối vào tô. Đánh trứng với bơ và thêm vào hỗn hợp bột. Thêm sữa dần dần, chỉ khuấy để trộn. Thêm sữa nếu bột quá cứng.

Giã cá trong cối với ớt cay

Thêm hành lá, tỏi, rau mùi tây, cỏ xạ hương, hạt tiêu và hạt tiêu đen cho vừa ăn. Khuấy thành bột

Đun nóng dầu và chiên hỗn hợp bằng cách chất từng muỗng canh cho đến khi vàng nâu.

## 52. Cá tuyết rán

Năng suất: 14 rán

Nguyên liệu

- ½ cân  cá tuyết muối khô, nấu chín và cắt nhỏ
- Dầu thực vật để chiên ngập dầu
- 1½ chén bột mì đa dụng chưa rây
- ½ muỗng cà phê Bột nở
- ½ muỗng cà phê tiêu đen xay
- ¼ muỗng cà phê muối
- 2 lòng trắng trứng lớn
- 2 tép tỏi, đập dập
- 2 muỗng canh lá ngò tươi xắt nhỏ

Trong tô lớn, kết hợp bột mì, bột nở, hạt tiêu đen nứt và muối.

Trong bát nhỏ, đánh lòng trắng trứng cho đến khi sủi bọt - thêm lòng trắng trứng đã đánh bông và nước vào hỗn hợp bột để tạo thành hỗn hợp bột. Thêm cá tuyết muối, tỏi và lá ngò tươi xắt nhỏ; khuấy cho đến khi kết hợp tốt.

Từng mẻ, thả từng thìa bột đầy vào dầu nóng và chiên trong 12 phút.

Để ráo nước trên khăn giấy và dùng nóng trên đĩa phục vụ; trang trí với rau mùi.

# 53. Rán thịt cá và cua

Năng suất: 1 phục vụ

Nguyên liệu

- 12 ounce cá tuyết tươi hoặc đông lạnh
- 6 lạng  Thịt giả cua
- 2 quả Trứng; bị đánh
- 1/2 chén bột mì
- 1 củ Hành lá; Thái nhỏ
- $\frac{1}{2}$ muỗng cà phê vỏ chanh thái nhỏ
- 1 muỗng cà phê nước cốt chanh
- 1 tép tỏi; nghiền
- $\frac{1}{4}$ muỗng cà phê muối
- $\frac{1}{2}$ thìa cà phê tiêu
- Dầu ăn

Trong cối xay sinh tố hoặc cối xay thực phẩm, trộn cua cá, trứng, bột mì, hành tây, vỏ chanh, nước cốt chanh, tỏi, muối và tiêu. Che và trộn cho đến khi mịn.

Chảo dầu nhẹ và đun nóng

Múc khoảng $\frac{1}{4}$ chén bột lên chảo và trải thành miếng bánh có đường kính 3 inch

Nấu 3 phút mỗi bên hoặc cho đến khi vàng

## 54. ngao cá tuyết và ngô rán

Năng suất: 1 phục vụ

Nguyên liệu

- 2 quả trứng, đánh đều
- $\frac{1}{4}$ chén nước ngao
- $\frac{1}{4}$ cốc sữa
- 1 muỗng canh dầu
- $1\frac{1}{2}$ cốc bột mì
- 1 muỗng cà phê Bột nở Muối cho vừa ăn
- 1 chén ngô hạt thoát nước tốt
- $\frac{1}{2}$ chén nghêu bằm ráo nước

Đập trứng; thêm sữa, nước ngao, dầu và đánh cho đến khi hòa quyện.

Khuấy bột mì, bột nở và muối cho vừa ăn. Đánh cho đến khi trộn đều. Thêm ngô và nghêu. Thả từng thìa tròn vào dầu nóng.

Nấu cho đến khi chín vàng cả hai mặt. Xả trên khăn giấy.

## 55. ốc xà cừ rán

Năng suất: 50 phục vụ

**Nguyên liệu**

- 2 pound ốc xà cừ, thái nhỏ
- 1 cốc nước cốt chanh
- ¼ chén dầu Olive
- 1 quả ớt chuông xanh
- 1 quả ớt chuông đỏ
- 1 củ hành lớn, thái nhỏ
- 4 quả trứng, đánh tan
- 2 cốc bột
- 1 muỗng cà phê muối
- 1 muỗng cà phê gia vị Cajun
- Sốt Tabasco 6 gạch ngang
- 3 thìa cà phê bột nở
- 5 muỗng canh Margarine, tan chảy

- Dầu thực vật để chiên

Ra chợ cá bỏ ốc xà cừ qua máy làm mềm. Ướp ốc xà cừ trong 1 cốc nước cốt chanh và $\frac{1}{4}$ cốc dầu ô liu trong ít nhất 30 phút; làm khô hạn.

Trộn tất cả các thành phần với nhau. Chiên trong dầu thực vật NÓNG cho đến khi vàng, khoảng 3-5 phút. Ăn với sốt cocktail đỏ hoặc sốt tartar.

## 56. Nghêu rán đóng hộp

Năng suất: 12 Phục vụ

**Nguyên liệu**

- 1 quả trứng; đánh giỏi
- ½ muỗng cà phê muối
- ⅛ muỗng cà phê Tiêu đen
- ⅔ chén bột mì trắng
- 1 muỗng cà phê Bột nở
- ¼ chén nước luộc nghêu hoặc sữa đóng hộp
- 1 thìa bơ; tan chảy
- 1 chén nghêu đóng hộp băm nhỏ; ráo nước
- Dầu hoặc bơ làm rõ
- ¼ chén kem chua hoặc sữa chua
- 1 thìa cà phê thì là; tarragon hoặc húng tây

Nhẹ nhàng trộn tất cả các thành phần với nhau, thêm nghêu sau cùng. Thả 2 muỗng canh đầy mỗi lần rán lên vỉ nướng mỡ nóng hoặc chảo sắt.

Khi bong bóng vỡ, lật rán.

Ăn nóng với một ít kem chua, sữa chua hoặc nước sốt cao răng.

## 57. Cua chiên bơ

Năng suất: 4 phục vụ

**Nguyên liệu**

- 2 cân thịt cua
- Muối
- 1 chén hành lá thái hạt lựu
- $\frac{1}{4}$ chén vụn bánh mì khô
- 1 quả bơ vừa, bóc vỏ và cắt
- Dầu ngô để chiên ngập dầu
- Bột mì đa dụng
- Hành lá thái mỏng
- 2 quả trứng
- $\frac{1}{2}$ chén salsa ớt cay

Kết hợp cua, 1 c hành lá và bơ trong tô lớn. Trộn trứng, salsa và muối; thêm vào cua. Trộn trong vụn bánh mì. Tạo hỗn hợp thành những quả bóng $1\frac{1}{2}$ inch.

Đổ dầu vào chảo lớn đến độ sâu 3 inch.

Làm nóng đến 350 độ

Bụi rán với bột mì. Cẩn thận cho dầu vào từng mẻ (không đông) và nấu cho đến khi có màu vàng nâu, khoảng 2 phút mỗi mặt.

Xả trên khăn giấy. Chuyển sang tấm đã chuẩn bị và giữ ấm trong lò cho đến khi tất cả chín. Trang trí với hành lá và dùng ngay

## 58. tôm rán

Năng suất: 6 Phục vụ

**Nguyên liệu**

- 1 chén đuôi tôm
- $\frac{1}{4}$ chén Pimientos, xắt nhỏ
- $\frac{1}{4}$ chén Hành lá, xắt nhỏ
- 2 cốc bột
- 1 muỗng cà phê baking soda
- $\frac{1}{2}$ muỗng cà phê muối
- $\frac{1}{2}$ muỗng cà phê nước luộc cua
- $\frac{1}{2}$ chén nước dùng hoặc nước
- Dầu để chiên

Thêm pimientos và hành lá vào con tôm. Rây bột mì, baking soda và muối với nhau và thêm vào con tôm. Thêm nước dùng hoặc nước và trộn để tạo thành một hỗn hợp đặc. Che và để yên trong $\frac{1}{2}$ giờ.

Đổ bột từng thìa và chiên cho đến khi vàng nâu

## 59. nghêu rán

Năng suất: 4 phục vụ

**Nguyên liệu**

- 1 lít Ngao
- 1 muỗng canh Bột nở
- 1½ muỗng cà phê muối
- 1 cốc sữa
- 1 muỗng canh Bơ
- 1¾ cốc bột mì, đa dụng
- 1 muỗng cà phê mùi tây, xắt nhỏ
- 2 quả trứng, đánh tan
- 2 muỗng cà phê Hành tây, nạo

Kết hợp các thành phần khô. Kết hợp trứng, sữa, hành tây, bơ và nghêu. Kết hợp với các thành phần khô và khuấy cho đến khi mịn. Cho từng muỗng cà phê bột vào chảo nóng ở nhiệt độ 350 độ F và chiên trong 3 phút hoặc cho đến khi có màu vàng nâu.

Xả trên giấy thấm.

## 60. Tôm chiên ngô Indonesia

Năng suất: 6 Phục vụ

**Nguyên liệu**

- 3 Bắp ngô nạo & băm nhỏ
- ½ pound Tôm vừa bóc vỏ và bỏ chỉ,
- 1 muỗng cà phê tỏi băm nhỏ
- ½ chén hẹ thái nhỏ hoặc: Hành lá
- 1 muỗng cà phê Rau mùi xay
- ¼ muỗng cà phê thì là
- 2 muỗng canh lá rau mùi xắt nhỏ
- 2 muỗng canh bột mì
- 1 muỗng cà phê muối
- 2 quả trứng, đánh tan
- Dầu đậu phộng hoặc dầu thực vật để chiên
- tương ớt để chấm

TRONG MỘT BÁT LỚN, trộn ngô, tôm, tỏi, hành lá, rau mùi xay, thì là, lá rau mùi, bột mì, muối và trứng. Đun nóng một lớp dầu mỏng trong chảo trên lửa vừa và cao. Đổ $\frac{1}{4}$ chén hỗn hợp ngô vào chảo. Thêm bao nhiêu tùy thích vào chảo với khoảng cách $\frac{1}{2}$ inch giữa các miếng rán.

Chiên cho đến khi vàng nâu và giòn; xoay. Nấu khoảng 1 phút cho mỗi bên. Vớt ra để ráo trên khăn giấy. Giữ ấm trong khi chiên rán phần còn lại.

## 61. Spaghetti bí đỏ rán kiểu Ý

Năng suất: 4 phục vụ

**Nguyên liệu**

- 2 quả trứng
- ½ chén Một phần phô mai ricotta tách béo
- 1 ounce Phô mai parmesan nạo
- 3 muỗng canh bột mì
- ½ muỗng cà phê Bột nở
- 2 muỗng cà phê Rau. dầu
- ⅛ muỗng cà phê bột tỏi
- ½ muỗng cà phê oregano khô
- ¼ muỗng cà phê húng quế khô
- 1 muỗng canh Hành tây thái nhỏ
- 2 chén mì spaghetti nấu chín

Trong cối xay sinh tố, kết hợp tất cả các thành phần, ngoại trừ mì spaghetti. Xay đến khi mịn. Thêm mì Ý

Đổ hỗn hợp lên chảo không dính đã làm nóng trước hoặc vỉ nướng đã phun Pam. Nấu trên lửa vừa cho đến khi vàng nâu cả hai mặt, lật cẩn thận.

SAUCE: Trộn một lon nước sốt cà chua 8oz, $\frac{1}{4}$ muỗng cà phê oregano khô, $\frac{1}{8}$ muỗng cà phê bột tỏi, $\frac{1}{4}$ muỗng cà phê húng quế khô trong chảo nước sốt nhỏ. Đun cho đến khi nóng và sủi bọt

Phục vụ trên rán.

## 62. Tôm hùm rán

Năng suất: 1 phục vụ

**Nguyên liệu**

- 1 chén tôm hùm xắt nhỏ
- 2 quả trứng
- $\frac{1}{2}$ cốc sữa
- $1\frac{1}{4}$ cốc bột mì
- 2 muỗng cà phê Bột nở
- Muối và hạt tiêu cho vừa ăn

Đun nóng mỡ sâu cho đến khi khối bánh mì chín vàng trong 60 giây. Trong khi chất béo đang nóng, đánh trứng cho đến khi sáng. Thêm sữa và bột mì đã rây với bột nở, muối và hạt tiêu, sau đó cho tôm hùm đã cắt nhỏ vào.

Thả từng thìa nhỏ vào mỡ, rán vàng mặt. Xả trên giấy nâu trong lò ấm. Phục vụ với nước sốt chanh nhanh chóng.

# 63. hến rán với salsa

Năng suất: 4 phục vụ

Nguyên liệu

- 8 Vẹm xanh; ra khỏi vỏ
- 6 quả trứng lớn; đánh nhẹ
- 50 ml Double cream
- 10 ml chả cá
- 2 muỗng canh Polenta
- 50 gram Hành lá; cắt lát
- 400 gam Kumera; luộc chín rồi bóc vỏ
- 1 củ hành tím nhỏ; bóc vỏ và thái lát
- 20 ml nước cốt chanh tươi
- 2 Nashi; loại bỏ lõi và
- 30ml dầu oliu nguyên chất

Cắt hến thành các phần tư sau đó trộn chúng vào một cái bát với trứng, kem, nam pla, Polenta và một nửa hành lá. Cuối cùng trộn trong kumera.

Trộn tất cả các thành phần khác để làm salsa, bao gồm cả phần hành lá còn lại và để yên trong 30 phút.

Làm nóng chảo và phết dầu, sau đó làm 4 miếng rán lớn hoặc 8 miếng nhỏ. Nướng vàng một mặt rồi lật mặt còn lại chiên.

## 64. bạch tuộc rán

Năng suất: 8 phục vụ

**Thành phần:**

- 2 con bạch tuộc khoảng 1 1/2 pao mỗi con
- 1 muỗng cà phê muối
- 2 lít nước
- 2 lít Nước đá có đá
- 2 vừa Hành tây, bóc vỏ và băm nhỏ
- 2 quả trứng, đánh tan
- 1 chén Bột hoặc nhiều hơn khi cần
- Muối và hạt tiêu cho vừa ăn
- Dầu để chiên

Thả bạch tuộc vào một ấm đun nước lớn với nước muối đang sôi nhanh. Nấu trên lửa vừa cao trong khoảng 25 phút. Xả và ngâm vào một cái bát chứa đầy đá và nước đá. Với một bàn chải thô cạo đi hành động của da màu tím. Cắt bỏ chân và thái nhỏ.

Loại bỏ những cái đầu. Trong một cái bát, trộn hành tây, trứng, bột mì và muối và hạt tiêu. Thêm bạch tuộc xắt nhỏ và trộn đều. Tạo hỗn hợp thành những miếng phẳng $2\frac{1}{2}$ - 3 inch. Đun nóng khoảng $\frac{1}{2}$ inch dầu trong chảo lớn, nặng và chiên bạch tuộc rán cho đến khi vàng đều cả hai mặt. Phục vụ ngay lập tức.

## 65. tôm chiên

Năng suất: 8 phục vụ

**Nguyên liệu**

- $\frac{1}{2}$ cốc sữa
- $\frac{1}{2}$ chén bột mì tự nở
- 1 chén Tôm sống; băm nhỏ
- 1 chén cơm
- 1 quả trứng
- $\frac{1}{2}$ chén Hành lá; băm nhỏ
- Muối và hạt tiêu để hương vị

Trộn tất cả các thành phần với nhau. Cho từng thìa cà phê vào dầu ăn nóng và chiên chín vàng. Làm nhỏ và phục vụ như một món khai vị.

## 66. Hàu chiên ngô

Năng suất: 1 phục vụ

**Nguyên liệu**

- 2 chén Bắp ngô
- 2 quả trứng, tách riêng
- $\frac{1}{4}$ muỗng cà phê tiêu
- 2 muỗng canh bột mì
- $\frac{1}{2}$ muỗng cà phê muối

Có thể sử dụng ngô tươi hoặc ngô đóng hộp. Cho bột ngô vào lòng đỏ trứng đã đánh bông, bột mì và gia vị. Thêm lòng trắng trứng đánh bông cứng và trộn.

Thả từng thìa có kích thước bằng một con hàu lên chảo chiên bơ nóng và chuyển sang màu nâu. Nguồn: Pennsylvania Dutch Cook Book - Fine Old Recipes, Culinary Arts Press, 1936.

## 67. rán cá ngừ

Năng suất: 3 Phục vụ

**Nguyên liệu**

- 1 chén bột mì
- 1 muỗng cà phê Bột nở
- ½ muỗng cà phê muối
- 2 quả trứng
- ¼ cốc sữa
- 1 lon cá ngừ, để ráo nước và vẩy
- 6 1/2 hoặc 7 oz. kích cỡ
- hành khô mảnh
- Dầu để chiên

Rây bột mì, bột nở và muối vào tô trộn. Đánh trứng thật kỹ. Đánh trong sữa. Kết hợp các thành phần lỏng với các thành phần khô.

Khuấy cho đến khi tất cả bột được làm ẩm. Cho cá ngừ vào xào. Thả từng thìa cà phê vào dầu nóng, 375 độ. Chiên cho đến khi vàng đều các mặt. Xả trên khăn giấy.

## PHÔ MAI RIÊNG

### 68. Bánh rán phô mai Basle

Năng suất: 1 phục vụ

**Nguyên liệu**

- 4 lát bánh mì
- 1 lạng Bơ
- 3 củ hành tây
- Gruyere 4 lát
- Ớt cựa gà

Chiên bánh mì nhẹ cả hai mặt trong bơ và xếp lên khay nướng. Đổ nước sôi lên hành tây thái nhỏ và để một lát. Đổ nước đi và chiên hành tây trong phần bơ còn lại cho đến khi mềm.

Trải mỏng hành tây lên bánh mì và phủ lên mỗi lát một lát phô mai.

Rắc ớt bột và nướng trong lò rất nóng (445 độ F / Gas mark 8) cho đến khi phô mai tan chảy. Phục vụ cùng một lúc.

## 69. Thảo mộc rán với sữa chua nhúng quả mơ

Năng suất: 6 Phục vụ

**Nguyên liệu**

- 3 quả Trứng; đánh nhẹ
- 150 gam phô mai Mozzarella; nạo
- 85 gram Parmesan tươi bào
- 125 gram Bánh mì tươi
- ½ củ hành tím; Thái nhỏ
- ¼ muỗng cà phê mảnh ớt đỏ
- 2 muỗng canh kinh giới tươi
- 2 muỗng canh Hẹ xắt nhỏ
- 5 muỗng canh lá mùi tây xắt nhỏ
- 1 Lá hỏa tiễn; đại khái cắt nhỏ
- 1 nắm lá mồng tơi; băm nhỏ
- muối và hạt tiêu & dầu hướng dương
- Sữa chua Hy Lạp hũ 500 gram

- 12 Mơ khô ăn liền; thái hạt lựu
- 2 tép tỏi & bạc hà tươi xắt nhỏ

Trộn các nguyên liệu làm bánh rán, trừ dầu và bơ, cho đến khi đặc và khá rắn. Liên kết với vụn bánh mì nếu ẩm ướt.

Trộn các thành phần nước sốt ngay trước khi sử dụng. Đổ 1 cm/ $\frac{1}{2}$ inch dầu vào chảo, thêm bơ và đun nóng cho đến khi mờ.

Khuôn rán hình bầu dục, dùng tay ấn mạnh cho nén chặt. Chiên trong dầu trong 2-3 phút cho đến khi giòn.

## 70. rán phô mai Bern

Năng suất: 1 phục vụ

**Nguyên liệu**

- 8 ounce pho mát Gruyere nghiền
- 2 quả trứng
- $2\frac{1}{2}$ ounce chất lỏng Sữa
- 1 muỗng cà phê Kirsch
- Chất béo để chiên
- 6 lát bánh mì

Trộn phô mai bào với lòng đỏ trứng, sữa và Kirsch. Cho lòng trắng trứng đã đánh bông vào, phết hỗn hợp lên bánh mì.

Đun nóng chất béo trong chảo lớn và đặt bánh mì, mặt phô mai xuống, trong chảo nóng

Khi các lát có màu vàng nâu, lật lại và chiên sơ qua mặt còn lại.

# 71. Bánh rán đậu, ngô & cheddar

Năng suất: 5 phục vụ

**Nguyên liệu**

- ½ chén bột ngô vàng
- ½ chén bột mì trắng chưa tẩy trắng
- ½ muỗng cà phê Bột nở
- Dash Xay hạt thì là, ớt cayenne, muối và bột ớt
- ½ cốc sữa
- 1 Lòng đỏ trứng & 2 Lòng trắng trứng
- 1 chén Đậu đen; nấu chín
- 1 chén phô mai Cheddar sắc nét
- ½ chén ngô tươi; hoặc hạt ngô đông lạnh
- 2 thìa Ngò; tươi băm nhỏ
- Ớt chuông đỏ & ớt xanh, nướng

Khuấy đều bột ngô, bột mì, bột nở, muối, bột ớt, thìa là và cayenne trong một bát cỡ vừa.

Đánh sữa với lòng đỏ trứng và thêm nó vào các thành phần khô, trộn đều. Khuấy đậu, phô mai, ngô, rau mùi, ớt đỏ và ớt xanh. Nhẹ nhàng fold trong lòng trắng trứng.

Đun nóng $\frac{1}{2}$ chén dầu trong chảo 10 inch trên lửa vừa và cao. Thìa trong khoảng $\frac{1}{4}$ chén bột cho mỗi lần rán và chiên cho đến khi vàng nâu.

## 72. Mozzarella rán và spaghetti

Năng suất: 2 phục vụ

**Nguyên liệu**

- 2 tép tỏi
- 1 bó nhỏ mùi tây tươi & 3 củ hành tây
- 225 gram Thịt heo nạc băm
- Phô mai Parmesan bào tươi & Mozzarella xông khói
- 150 gram Spaghetti hoặc tagliatelle
- 100 ml Nước dùng bò nóng
- 400 gram cà chua xắt hộp
- 1 nhúm Đường & 1 chút Xì dầu
- Muối và tiêu
- 1 quả trứng & 1 muỗng canh dầu Olive
- 75 ml sữa

- 50 gram Bột mì; cộng thêm cho phủi bụi

Trộn tỏi, hành xà lách, tỏi, phô mai Parmesan, rau mùi tây và nhiều muối và hạt tiêu. Định hình thành tám quả bóng chắc chắn. Đun nóng dầu trong chảo lớn và nấu thịt viên. Đổ vào kho.

Nấu cà chua xắt nhỏ, đường, muối và hạt tiêu và thêm vào thịt viên

Đánh dầu, sữa, bột mì và một ít muối vào lòng đỏ để tạo thành một hỗn hợp đặc, mịn. Cắt mỏng mozzarella, sau đó rắc bột mì vào. Thêm lòng đỏ trứng và gấp trong lòng trắng trứng đánh bông.

Nhúng các lát phô mai mozzarella đã được tẩm bột vào bột và nấu trong hai phút cho mỗi mặt cho đến khi giòn và vàng.

# 73. Bánh rán phô mai Emmenthal

Năng suất: 1 người

**Nguyên liệu**

- 1 lát bánh mì lớn
- 1 lát giăm bông
- 1 muỗng canh Bơ
- 1 lát phô mai Emmenthal
- muối, hạt tiêu
- 1 quả trứng

Nướng nhẹ bánh mì. Chiên nhanh giăm bông, đặt lên bánh mì, phủ phô mai và nêm gia vị. Đặt vào lò nướng khá nóng và để phô mai tan chảy, hoặc cho vào chảo rán có đậy nắp trên bếp. Vào giây phút cuối cùng, phủ phô mai lên trên cùng với một quả trứng chiên.

# 74. Bột ngô chiên cheddar

Năng suất: 1 phục vụ

**Nguyên liệu**

- 1 chén bột ngô
- 1 chén Cheddar mài sắc
- $\frac{1}{2}$ chén hành tây nạo
- $\frac{1}{4}$ chén ớt chuông đỏ băm nhỏ
- 1 muỗng cà phê muối
- Cayenne, để hương vị
- $\frac{3}{4}$ chén nước sôi
- Dầu thực vật để chiên
- Nước sốt nóng kiểu Louisiana, ví dụ nhãn hiệu Crystal

Trong một bát kết hợp bột ngô, Cheddar, hành tây, ớt chuông, muối và ớt cayenne.

Khuấy trong nước sôi và trộn kỹ. Trong chảo sâu lòng hoặc nồi chiên sâu, đun nóng 3 inch dầu thực vật đến 350 F. Thả 6 thìa bột vào dầu và chiên trong 2-3 phút hoặc cho đến khi có màu vàng nâu.

## 75. rán camembert

Năng suất: 10 phục vụ

**Nguyên liệu**

- 3 muỗng canh Bơ/margerine
- 3 muỗng canh Bột mì đa dụng
- 1 cốc sữa
- 4 ounce Phô mai Camembert
- muối để hương vị
- ớt cayenne để hương vị
- 1 trứng lớn
- 1 muỗng canh Bơ/bơ thực vật
- ½ chén vụn bánh mì mịn

Đun chảy bơ trong một cái chảo nặng trên med. nhiệt. Nhanh chóng trộn bột. Thêm sữa dần dần, khuấy kỹ. Đun sôi, thêm phô mai vào nước sốt và khuấy cho đến khi nó tan chảy. Thêm muối và ớt cayenne cho vừa ăn.

Trải hỗn hợp dày $\frac{3}{4}$ inch lên khay nướng. Cắt hỗn hợp phô mai thành hình vuông.

Đánh trứng với nước. Lăn miếng phô mai trong vụn bánh mì, sau đó nhúng chúng vào hỗn hợp trứng. Lăn chúng trong vụn bánh một lần nữa và giũ bỏ vụn bánh thừa.

Thả từng miếng phô mai vào dầu. Chỉ chiên cho đến khi chúng có màu nâu vàng.

## 76. Rán súp lơ-cheddar

Năng suất: 24 Phục vụ

**Nguyên liệu**

- $1\frac{1}{2}$ chén bột mì đa dụng
- 2 muỗng cà phê Bột nở
- $\frac{1}{2}$ muỗng cà phê muối
- 2 chén súp lơ thái hạt lựu
- 1 chén phô mai Cheddar bào nhỏ
- 1 muỗng canh Hành tây thái hạt lựu
- 1 trứng lớn
- 1 cốc sữa
- Dầu thực vật

Kết hợp 3 thành phần đầu tiên trong một bát lớn; cho súp lơ, phô mai và hành tây vào khuấy đều.

Đánh đều trứng và sữa. Thêm vào hỗn hợp bột, đánh cho đến khi ẩm.

Đổ dầu thực vật đến độ sâu 2 inch vào lò nướng kiểu Hà Lan; làm nóng đến 375 độ F. Thả bột từng thìa tròn vào dầu và chiên mỗi mặt 1 phút hoặc cho đến khi bánh rán có màu nâu vàng. Để ráo nước trên khăn giấy và phục vụ ngay.

## 77. Khoai tây chiên nhồi phô mai

Năng suất: 5 phục vụ

**Nguyên liệu**

- 2 pound Khoai tây nướng, nấu chín
- ⅓ chén Bơ, để mềm
- 5 Lòng đỏ trứng gà
- 2 muỗng canh mùi tây
- 1 muỗng cà phê muối
- $\frac{1}{2}$ thìa cà phê tiêu
- Nhúm hạt nhục đậu khấu
- 4 ounce phô mai mozzarella
- bột mì đa dụng
- 2 quả trứng lớn, đánh nhẹ
- 1$\frac{1}{2}$ chén vụn bánh mì Ý

Kết hợp khoai tây và bơ trong một bát trộn lớn; đánh ở tốc độ trung bình bằng máy trộn điện cho đến khi mịn. Thêm lòng đỏ và 4 thành phần tiếp theo, khuấy đều. Chia hỗn hợp khoai tây thành 10 phần. Quấn từng phần quanh một lát pho mát; tạo hình bầu dục.

Rắc nhẹ từng cái bằng bột mì; nhúng vào trứng đánh bông và nạo trong vụn bánh mì Ý. Làm lạnh 20 phút.

Đổ dầu đến độ sâu 4 inch trong lò Hà Lan Đun nóng đến 340 độ. Rán từng cái một, 8 phút, quay một lần.

## 78. lê và cheddar rán

Năng suất: 1 phục vụ

**Nguyên liệu**

- 4 quả lê Bartlett vừa; bóc vỏ
- 16 lát  Phô mai cheddar sắc nét
- ½ chén bột mì đa dụng
- 2 quả trứng lớn; đánh để trộn
- 2 chén vụn bánh mì trắng tươi

Cắt 3 lát dọc mỏng từ các mặt đối diện của mỗi quả lê; loại bỏ lõi.

Xếp xen kẽ các lát lê và phô mai, đặt 2 lát phô mai vào giữa 3 lát lê cho mỗi 8 miếng rán. Giữ chặt từng chiếc bánh mì kẹp phô mai-lê với nhau, phủ nhẹ một lớp bột mì, sau đó là trứng, sau đó là vụn bánh mì, phủ kín hoàn toàn và ấn vụn bánh mì vào.

Đổ dầu vào chảo lớn nặng đến độ sâu 1 inch và đun nóng đến 350F. Rán từng mẻ cho đến khi vàng, lật bằng thìa có rãnh, khoảng 2 phút mỗi mặt. Xả trên khăn giấy.

## 79. Ricotta và rán hạt dẻ với bagna cauda

Năng suất: 4 phục vụ

**Nguyên liệu**

- 1 cốc ricotta tươi
- 3 quả trứng lớn
- ½ chén phô mai Parmigiano-Reggiano
- ¼ chén bột hạt dẻ
- 1 chén hạt dẻ rang thái nhỏ
- 1 lon Cá cơm phi lê
- 6 tép tỏi; Thái nhỏ
- ½ chén dầu ôliu nguyên chất
- 6 muỗng canh Bơ không ướp muối
- 1 lít dầu ô liu nguyên chất

Trong một bát trộn lớn, đặt phô mai ricotta, 2 quả trứng và ½ cốc Parmigiano-Reggiano và trộn đều. Dùng tay trộn bột hạt dẻ cho đến khi tạo thành một khối bột mịn như bánh quy

Trong một bát nhỏ đánh trứng còn lại. Lấy một lượng nhỏ hỗn hợp ricotta và tạo thành một quả bóng 2 inch. Cẩn thận phủ quả bóng bằng quả trứng đã đánh và trong khi vẫn còn ướt, nạo hạt dẻ xắt nhỏ

Trong khi đó, kết hợp cá cơm với nước ép của chúng, tỏi và $\frac{1}{2}$ chén dầu ô liu trong chảo nước sốt nhỏ và khuấy trên lửa vừa. Nghiền cá cơm thành bột nhão. Khuấy bơ 1 muỗng canh một lần cho đến khi tan chảy và mịn

Chiên những viên ricotta trong dầu nóng cho đến khi vàng nâu

## 80. Bánh rán phô mai Waadtland

Năng suất: 1 phục vụ

**Nguyên liệu**

- 4 Lát bánh mì nướng, mỗi lát dày 1 3/8 inch
- $2\frac{1}{2}$ ounce chất lỏng Rượu trắng
- $5\frac{1}{2}$ ounce phô mai Gruyere, nạo
- 1 quả trứng
- Ớt cựa gà
- Hạt tiêu

Làm ẩm các lát bánh mì nướng với một ít rượu và xếp lên khay nướng. Trộn phần rượu còn lại với phô mai, trứng và gia vị thành một hỗn hợp khá đặc và phết lên bánh mì nướng. Rắc thêm ớt bột và tiêu. Nướng sơ qua trong lò rất nóng (445 độ F/khí gas 8) cho đến khi phô mai bắt đầu chảy ra, dùng ngay.

# THỊT & GIA CẦM RÁN

## 81. rán gà

Năng suất: 6 Phục vụ

**Nguyên liệu**

- Thời gian chuẩn bị 20 phút
- 2 chén Thịt gà; thái nhỏ nấu chín
- 1 muỗng cà phê muối
- 2 muỗng cà phê mùi tây tươi băm nhỏ
- 1 muỗng canh nước cốt chanh
- 1 chén mù tạt khô
- 1 chén giấm rượu trắng
- 2 Quả trứng; phút đánh bại thời gian nấu ăn
- $1\frac{1}{4}$ cốc bột mì
- 2 muỗng cà phê Bột nở
- ⅔ cốc Sữa
- $\frac{3}{4}$ cốc mật ong

- $\frac{1}{4}$ muỗng cà phê muối

Trong một bát lớn, trộn gà với muối, mùi tây và nước cốt chanh. Đặt sang một bên trong 15 phút. Trong một tô lớn khác, kết hợp bột mì, bột nở, trứng và sữa. Khuấy đều để trộn đều.

Thêm hỗn hợp bột vào thịt gà và trộn đều.

Cho từng thìa bột vào dầu nóng và chiên từng mẻ mà không bị đông trong 2 phút, cho đến khi có màu vàng nâu. Để ráo nước trên khăn giấy và dùng với mù tạt mật ong để chấm.

Chuẩn bị mù tạt mật ong

## 82. Thịt bò rán chunky

Năng suất: 5 phục vụ

**Nguyên liệu**

- 2 pound thịt bò nướng chưa nấu chín
- 6 muỗng canh Sữa
- 1 muỗng canh Bột mì đa dụng không tẩy trắng
- 3 quả trứng lớn, đập dập
- $1\frac{1}{2}$ chén Bột Tự Tăng
- 4 muỗng cà phê muối
- $\frac{1}{4}$ muỗng cà phê tiêu

Kết hợp sữa và bột mì; khuấy vào trứng. Kết hợp bột tự tăng, muối và hạt tiêu.

Nhúng miếng thịt bò nướng vào hỗn hợp trứng và lăn qua hỗn hợp bột mì.

Chiên trong mỡ nóng cho đến khi chín vàng và nóng qua. Để ráo trên khăn giấy thấm và dùng nóng.

## 83. Trứng rán với đậu que và mì ống

Năng suất: 6 Phục vụ

**Nguyên liệu**

- 1 pound Đậu que, luộc chín
- ½ pound Macaroni hoặc ziti
- ¾ chén vụn bánh mì, không mùi
- ½ muỗng cà phê tỏi, thái nhỏ
- Rau mùi tây băm nhỏ
- Sốt marinara
- 6 muỗng canh Parmesan, nạo
- 6 quả trứng, đánh tan
- muối/tiêu
- Dầu để chiên

Thêm vụn bánh mì, phô mai, rau mùi tây, muối, hạt tiêu và tỏi vào trứng. Trộn kỹ để tạo thành bột. Đun nóng dầu ở nhiệt độ trung bình cao, khi nóng, một giọt bột sẽ cứng lại và nổi lên mặt nước. Cho vào bột từng thìa cà phê. Đừng đông đúc.

Khi rán phồng lên, lật chúng cho đến khi chúng tạo thành một lớp vỏ vàng.

Kết hợp đậu chuỗi, mì ống và nước sốt marinara trong một bát lớn.

## 84. Bắp tươi rán xúc xích

Năng suất: 24 Phục vụ

**Nguyên liệu**

- 1 chén Bột mì đa dụng, rây mịn
- 1 muỗng cà phê Bột nở
- 1 muỗng cà phê muối
- $\frac{1}{8}$ muỗng cà phê tiêu
- $\frac{1}{4}$ muỗng cà phê ớt bột
- 1 chén xúc xích, nấu chín và vỡ vụn
- 1 chén ngô tươi bỏ lõi
- 2 lòng đỏ trứng, đánh tan
- 2 muỗng canh Sữa
- 2 lòng trắng trứng, đánh bông cứng
- Dầu để chiên

Rây bột mì, bột nở và gia vị vào tô trộn. Thêm xúc xích, ngô, lòng đỏ trứng và sữa; trộn cho đến khi hòa quyện. Cho lòng trắng trứng đã đánh bông vào.

Thả bằng cách đổ từng thìa cà phê vào dầu đã đun nóng đến 360 - 365 độ.

Nấu từ 3 đến 5 phút, chuyển sang màu nâu ở tất cả các mặt. Xả trên khăn giấy.

## 85. xúc xích rán ngô

Sinh: 6 cháu trai

**Nguyên liệu**

- 6 Quả trứng; ly thân
- 12 ounce ngô với pimiento
- 6 xúc xích
- ½ chén bột mì đa dụng
- ½ muỗng cà phê muối
- 1 muỗng canh Sherry nấu ăn

Đánh lòng đỏ trứng cho đến khi chúng nhẹ và bông; thêm ngô, xúc xích thái hạt lựu, bột mì, muối và rượu sherry. Trộn rất tốt. Đánh lòng trắng trứng cho đến khi chúng đứng ở đỉnh. Gấp lòng trắng trứng vào hỗn hợp xúc xích, cẩn thận để không làm mất không khí.

Chiên trên vỉ nướng nóng, có phết mỡ nhẹ như cách bạn làm bánh kếp, sử dụng khoảng $\frac{1}{4}$ cốc hỗn hợp cho mỗi chiếc bánh. Phục vụ ngay lập tức, đường ống nóng.

## 86. thịt rán hàn quốc

Năng suất 4 phục vụ

**Nguyên liệu**

- 2 pound Bít tết đầu thăn
- 3 nhánh hành lá, băm nhỏ
- 2 muỗng canh dầu mè
- 2 muỗng cà phê hạt mè
- $\frac{1}{2}$ chén nước tương
- 1 tép tỏi, băm nhỏ
- 1 chút tiêu đen
- 5 quả trứng

Kết hợp tất cả các thành phần khác trừ trứng và ngâm thịt trong nước sốt trong một giờ.

Bột thịt và nhúng vào trứng hơi đánh, và chiên trên lửa vừa cho đến khi có màu nâu. Ăn nóng với nước sốt.

Nước sốt: 2 muỗng canh. nước tương 1 muỗng cà phê. hành lá xắt nhỏ 1 muỗng cà phê. hạt vừng 1 muỗng cà phê. giấm 1 muỗng cà phê. đường Trộn tất cả nguyên liệu với nhau.

## 87. Parmesan và mozzarella rán

Năng suất: 4 phục vụ

**Nguyên liệu**

- 1 tép tỏi; băm nhỏ
- 2 phô mai Mozzarella trưởng thành; nạo
- 1 quả trứng nhỏ; bị đánh
- Vài lá húng quế tươi
- 70 gam phô mai Parmesan; nạo
- 2 muỗng canh bột mì
- Muối và tiêu

Trộn phô mai mozzarella, tỏi, húng quế, phô mai parmesan và gia vị rồi trộn với trứng đã đánh. Thêm một ít bột mì, tạo hình và cho vào tủ lạnh khoảng 30 phút.

Lăn nhẹ qua bột mì trước khi chiên

Hỗn hợp phải khá mềm vì nó đông lại sau khi để trong tủ lạnh trong thời gian cần thiết. Dầu trong chảo không được quá nóng, nếu không bánh sẽ cháy bên ngoài và nguội bên trong.

# TRÁNG MIỆNG

## 88. Bánh hồ đào phủ sô cô la

Năng suất: 4 tá

**Nguyên liệu**

- 2 gói kẹo vani; 6 oz. e.
- 2 muỗng canh Sữa, bay hơi
- 2 chén hồ đào nửa
- 8 ounce Sôcôla sữa. quán ba; chia thành hình vuông
- ⅓ thanh paraffin; vỡ thành từng mảnh

Kết hợp caramen và sữa ở trên cùng của nồi hơi đôi; đun nóng cho đến khi caramen tan chảy, khuấy liên tục. Đánh bằng thìa gỗ cho đến khi có dạng kem; cho hồ đào vào khuấy đều. Thả từng muỗng cà phê lên giấy sáp bơ; để yên 15 phút.

Kết hợp sô cô la và parafin ở trên cùng của nồi hơi đôi; đun nóng cho đến khi tan chảy và mịn, thỉnh thoảng khuấy.

Dùng tăm nhúng từng viên bánh vào hỗn hợp socola

Đặt trên giấy sáp để nguội.

## 89. Choux rán

Năng suất: 1 phục vụ

**Nguyên liệu**

- ½ chén bơ hoặc bơ thực vật
- 1 chén nước sôi
- ¼ muỗng cà phê muối
- 1¾ cốc bột mì
- 4 quả trứng
- 4 chén Dầu thực vật; (12 oz)
- đường hạt

Kết hợp bơ, nước sôi, muối và bột mì trong nồi trên lửa vừa phải. Đánh mạnh hỗn hợp cho đến khi nó rời khỏi thành chảo và tạo thành một quả bóng. Loại bỏ nhiệt và làm mát từ từ. Cho thìa vào máy trộn hoặc máy xay thực phẩm bằng lưỡi thép và thêm từng quả trứng vào, đánh đều sau mỗi lần thêm. Khi tất cả trứng đã được thêm vào và hỗn hợp đặc lại, nó sẽ giữ được hình dạng khi nhấc bằng thìa.

Đầu tiên nhúng một muỗng canh vào dầu nóng, sau đó nhúng vào bột.

Cẩn thận thả từng thìa bột vào dầu nóng và nấu cho đến khi có màu nâu ở tất cả các mặt. Lấy ra khỏi dầu bằng thìa có rãnh và để ráo trên khăn giấy.

## 90. bánh pudding giáng sinh

Năng suất: 1 phục vụ

**Nguyên liệu**

- 25 gram Bột mì tự nổi
- Bia 125ml
- 125 ml Sữa
- 125ml Nước lạnh
- 1 bánh pudding Giáng sinh còn sót lại
- 1 Bột mì
- 1 Nồi chiên ngập dầu

Kết hợp bốn thành phần đầu tiên để làm bột. Đặt sang một bên trong 20 phút.

Làm nóng nồi chiên sâu đến 180C.

Cắt bánh pudding thành khối vuông hoặc bằng ngón tay, lăn qua bột mì rồi nhúng vào bột. chiên ngập dầu cho đến khi vàng.

Xả trên khăn bếp và phục vụ.

## 91. bánh rán quế

Năng suất: 1 phục vụ

**Nguyên liệu**

- 1 chén nước nóng
- ⅓ cốc rút ngắn
- 2 cốc bột
- $\frac{1}{2}$ chén đường
- 1 muỗng canh quế
- Muối
- 2 muỗng cà phê Bột nở
- Dầu để chiên ngập dầu
- $\frac{1}{4}$ quế
- $\frac{1}{2}$ chén đường thầu dầu

Làm tan chảy mỡ trong nước nóng. Khuấy bột mì, đường, quế, muối và bột nở. Trộn đều. Vo tròn bột và để bột nghỉ ít nhất 1 tiếng. Đun nóng 1" dầu thực vật đến 375 trong nồi chiên sâu hoặc chảo. Bẻ những cục bột nhỏ và vo thành những viên tròn.

Chiên ngập dầu trong 3-4 phút cho đến khi có màu nâu

Nhấc ra khỏi dầu nóng bằng thìa có rãnh. Xả trên khăn giấy và để nguội trong vài phút trên giá. Trộn quế và đường với nhau trong một cái bát. Lăn bột quế ấm trong hỗn hợp đường để phủ chúng hoàn toàn. Phục vụ ấm áp.

# 92. rán kiểu Pháp

Năng suất: 1 phục vụ

**Nguyên liệu**

- 2 quả trứng; ly thân
- ⅔ cốc Sữa
- 1 chén Bột mì; sàng lọc
- $\frac{1}{2}$ muỗng cà phê muối
- 1 muỗng canh Bơ; tan chảy
- 2 thìa nước cốt chanh
- 1 quả chanh; bào vỏ
- 2 muỗng canh Đường
- 4 Táo hoặc cam, dứa
- quả sung hoặc quả lê

Rắc các lát trái cây bạn chọn với vỏ chanh và đường rồi để yên trong 2 đến 3 giờ. Để ráo nước và nhúng vào Bột chiên giòn mỏng.

Bột bánh: Đánh cùng với máy trộn, lòng đỏ trứng, sữa, bột mì, bơ muối và nước cốt chanh. Cho lòng trắng trứng đã đánh bông vào.

Chiên ngập dầu 375

Để ráo và dùng nóng với 10xđường, hoặc xi-rô ngọt hoặc nước sốt.

## 93. rán lá phong

Năng suất: 24 rán

tôi **ngredient**

- 3 quả trứng
- 1 muỗng kem
- $\frac{1}{2}$ muỗng cà phê muối
- 2 ly Sữa
- 2 muỗng cà phê Bột nở
- 4 chén bột mì

Kết hợp bột nở và muối với bột mì và thêm sữa. Đánh trứng và kem với nhau và khuấy vào hỗn hợp bột. Thả từng muỗng canh vào mỡ nóng, đun nóng đến 370 * F và chiên cho đến khi chín, khoảng 5 phút. Phục vụ với xi-rô phong ấm.

# 94. Rum anh đào rán

Năng suất: 6 Phục vụ

**Nguyên liệu**

- $\frac{1}{2}$ chén bột mì đa dụng
- 2 muỗng canh Đường bánh kẹo
- $\frac{1}{4}$ muỗng cà phê muối
- 1 pound Anh đào có cuống
- đường bánh kẹo
- 2 quả trứng; ly thân
- 2 thìa rượu Rum
- $\frac{1}{2}$ chén bơ làm rõ
- $\frac{1}{2}$ chén dầu thực vật

Trong một bát vừa, trộn bột mì, lòng đỏ trứng, 2 T đường bánh kẹo, rượu rum và muối để tạo thành một hỗn hợp bột mịn. Đậy nắp và để yên trong 1 đến 2 giờ.

Đánh lòng trắng trứng cho đến khi chúng cứng lại và cho chúng vào bột.

Đun nóng bơ và dầu thực vật trong chảo lớn đến 360 độ F., sau đó vặn lửa nhỏ.

Nhúng quả anh đào vào bột và đặt chúng vào dầu nóng

Chiên trong 3 phút hoặc cho đến khi chúng có màu nâu vàng

Loại bỏ quả anh đào. Nhúng chúng vào đường của bánh kẹo và phục vụ.

## 95. Suvganiot

Năng suất: 20 hoặc 25

**Nguyên liệu**

- 1 cốc Nước ấm
- 1 gói Men khô
- 1 muỗng canh Đường
- 4 chén bột mì đa dụng
- 1 ly Sữa ấm
- 1 muỗng canh Bơ không ướp muối (tan chảy)
- 1 muỗng canh dầu
- 1 quả trứng
- 2 muỗng cà phê muối
- 3 muỗng canh Đường
- Mứt theo sở thích của bạn
- Đường và quế để rắc

Trộn các thành phần men và để yên trong 10 phút.

Trộn hỗn hợp men cùng với tất cả các nguyên liệu trừ bột mì. Trộn từ từ bột và làm việc tốt. Để yên trong 3 giờ. Chiên trong dầu nóng và sâu, đo bột bằng thìa lớn.

Lật một lần để có màu nâu đều. Thấm qua khăn giấy. Khi nguội, đổ đầy mứt và rắc đường quế.

## 96. rán rượu

Năng suất: 4 phục vụ

**Nguyên liệu**

- 4 cuộn dạng que
- 200 gram Bột mì (1 3/4 cốc)
- 2 quả trứng
- $\frac{1}{4}$ lít sữa
- 1 nhúm muối
- Mỡ chiên ngập dầu
- $\frac{1}{2}$ lít Rượu HOẶC rượu táo
- Đường để hương vị

Kết hợp bột mì, trứng, sữa và muối thành bột. Cắt cuộn thành 4 lát. Nhúng các lát vào bột, sau đó chiên cho đến khi vàng nâu.

Xếp các món rán vào bát và đổ rượu hoặc rượu táo nóng, ngọt hoặc rượu táo lên trên. Cho họ thời gian để ngâm rượu trước khi phục vụ.

# RIÊNG HOA ĂN ĐƯỢC

## 97. Bánh rán hoa cơm cháy ăn kèm mousse hoa cơm cháy

Năng suất: 4 phục vụ

**Nguyên liệu**

- Dầu hướng dương để chiên sâu
- 8 hoa cơm cháy; tùy thuộc vào kích thước
- 180 gram Bột mì
- 1 muỗng canh Đường cát
- Một nhúm muối
- Vỏ bào mịn của 1 quả chanh
- 2 quả trứng
- 60 ml sữa
- 60 ml Rượu trắng khô
- 1 lát chanh và đường bột

Rây bột mì vào tô cùng với đường và muối. Thêm vỏ chanh và trứng, đổ vào khoảng một nửa sữa và một nửa rượu. Bắt đầu đánh chất lỏng vào bột, dần dần kết hợp phần còn lại của sữa và rượu để tạo thành bột mịn.

Từng người một, lấy những bông hoa bằng cuống của chúng và nhúng vào bột. Nhấc ra và để bột thừa chảy ra, sau đó trượt vào dầu.

Sau hai phút, mặt dưới sẽ có màu nâu vàng nhạt. Xoay các miếng rán và giòn trong một phút nữa. Xả trên giấy bếp trước khi phục vụ.

# 98. Hoa bồ công anh rán

Năng suất: 10 phục vụ

**Nguyên liệu**

- 1 chén bột mì nguyên chất
- 2 muỗng canh dầu ô liu
- 2 muỗng cà phê Bột nở
- 1 chén hoa bồ công anh
- 1 nhúm muối
- 1 quả trứng
- Bình xịt dầu thực vật chống dính
- $\frac{1}{2}$ cốc sữa ít béo

Biến thể này trên bánh kếp sử dụng những bông hoa bồ công anh màu vàng, một nguồn cung cấp Vitamin A dồi dào.

Trong một bát trộn đều bột mì, bột nở và muối. Trong một bát riêng, đánh trứng, sau đó trộn với sữa hoặc nước và dầu ô liu.

Kết hợp với hỗn hợp khô. Khuấy cẩn thận những bông hoa màu vàng, cẩn thận để không làm nát chúng.

Xịt nhẹ vỉ nướng hoặc chảo rán bằng dầu thực vật.

Đun nóng cho đến khi ấm hoàn toàn. Đổ bột lên vỉ nướng bằng thìa và nấu như bánh kếp.

## 99. rán hoa cơm cháy

Năng suất: 1 phục vụ

**Nguyên liệu**

- 8 đầu hoa cơm cháy
- 110 gram Bột mì
- 2 muỗng canh dầu hướng dương
- 150 ml Lager hoặc nước
- 1 Lòng trắng trứng
- Dầu để chiên
- Đường tinh; sàng lọc
- nêm chanh

Rây bột mì và muối với nhau rồi trộn thành bột với dầu và lager. Để yên ở nơi thoáng mát trong 1 giờ. Đánh lòng trắng trứng cho đến khi có chóp cứng. Gấp trong quả trứng ngay trước khi sử dụng bột.

Đun nóng một ít dầu trong chảo sâu lòng hoặc nồi chiên sâu lòng. Nhúng đầu hoa vào bột rồi thả vào dầu nóng đang bốc khói và chiên cho đến khi vàng nâu.

Để ráo nước rán trên giấy ăn. Cho ra đĩa, rắc đường bột đã rây và dùng kèm chanh.

## 100. Rán cánh hoa hồng

Năng suất: 4 phục vụ

**Nguyên liệu**

- 1 mỗi bó cánh hoa hồng
- đường bánh kẹo
- Nước sốt ngọt

Quăng cánh hoa vào và trộn nhẹ nhàng.

Thả vào dầu nóng và chiên cho đến khi vàng.

Để chiên: Nhúng các miếng thức ăn vào bột. Chiên trong 3-4 inch chất béo ở 375 độ cho đến khi vàng nâu.

Xả trên khăn giấy.

Rắc trái cây rán với đường bánh kẹo hoặc nước sốt ngọt lên trên.

## PHẦN KẾT LUẬN

Ngọt hay mặn, món rán khiêm tốn rất ngon miệng. Giòn và ấm từ chảo rán là cách tốt nhất mà chúng tôi yêu thích để thưởng thức món ăn làm từ bột, đặc biệt là một phần của bữa sáng cuối tuần lười biếng.

Với một chút cẩn thận, bạn có thể dễ dàng chế biến món rán tự làm, một món ăn phong phú và sang trọng, thích hợp cho bữa sáng, bữa tối, món tráng miệng hoặc chỉ như một món ăn nhẹ. Có rất nhiều công thức làm bánh rán trong cuốn sách này để thử và chắc chắn sẽ làm hài lòng bất kỳ ai.

Trước khi bạn bắt đầu làm bánh rán, hãy tìm loại bột phù hợp với nhà bếp và kích thích vị giác của bạn. Hãy thử công thức bột cơ bản này sử dụng dầu dừa có vị nhẹ để có hương vị tươi mát. Trộn các loại nhân khác nhau theo lựa chọn của bạn, từ ngọt và trái cây đến thịt và mặn.

www.ingramcontent.com/pod-product-compliance
Lightning Source LLC
LaVergne TN
LVHW011250061026
849535LV00005B/1206
*9781835001660*